Dr. Jaerock Lee

Mungu
Mponyaji

> *"[BWANA] akawaambia,*
> *'Kwamba utaisikiza kwa bidii*
> *sauti ya BWANA Mungu wako,*
> *na kuyafanya yaliyoelekea mbele zake,*
> *na kutega masikio usikie maagizo yake,*
> *na kuzishika amri zake,*
> *mimi sitatia juu yako maradhi yo yote*
> *niliyowatia Wamisri;*
> *kwa kuwa Mimi ndimi BWANA nikuponyaye."*
>
> *(Kutoka 15:26)*

Mungu Mponyaji na Dr. Jaerock Lee
Kimechapishwa na Urim Books (Mkurugenzi Mkuu: Johnny. H. Kim)
73, Yeouidaebang-ro 22-gil, Dongjak-gu, Seoul, Korea
www.urimbooks.com

Haki zote zimehifadhiwa. Hairuhusiwi kunakili kitabu hiki au sehemu ya kitabu hiki katika mfumo wa aina yoyote, kutunzwa katika mfumo ambao kinaweza kusambazwa au kupatikana tena kwa namna au njia yoyote ile, au kubadilishwa katika namna yoyote ile, kielekroniki, kimakenika, kutolewa kivuli (fotokopi), kurekodiwa au vinginevyo, bila idhini ya maandishi kutoka kwa mchapaji.

Hakimiliki © 2015 na Dr. Jaerock Lee
ISBN: 979-11-263-1093-7 03230
Hakimiliki ya Kutafsiri © 2005 na Dr. Esther K. Chung. Imetumiwa kwa ruhusa.

Kimechapishwa kwa Mara ya Kwanza Machi 2005
Toleo la Pili Februari 2007
Toleo la Tatu Agosti 2009
Toleo la Nne Machi 2015

Awali kilichapishwa kwa Kikorea na Urim Books 1992

Kimehaririwa na Dr. Geumsun Vin
Jalada limesanifiwa na Editorial Bureau of Urim Books
Kimepigwa chapa na Yewon Priting Company
Kwa taarifa zaidi wasiliana na urimbook@hotmail.com

Ujumbe juu ya Uchapishaji

Ustaarabu wa vitu na ufanisi unapozidi kuendelea na kuongezeka, tunapata kwamba leo watu wana wakati mwingi zaidi na mbinu nyingi zaidi za kuhifadhi. Zaidi ya hayo, ili waweze kuwa na maisha ya raha zaidi, watu huwekeza wakati na mali na kumakinikia aina mbalimbali za taarifa muhimu.

Hata hivyo, kuhusu maisha ya mwanadamu, kuzeeka, magonjwa, na kifo viko chini ya mamlaka ya Mungu, haviwezi kutawalwa na uwezo wa pesa au ujuzi. Zaidi ya hayo, ni ukweli usioweza kupingwa kwamba hata ingawa ujuzi wa mwanadamu uliolimbikizwa kwa karne nyingi, umetoa sayansi ya kimatibabu ya hali ya juu sana, idadi ya wagonjwa wanaougua magonjwa ya kuua na yasiyokuwa na tiba imekuwa ikipanda bila kupungua.

Katika historia yote ya ulimwengu, kumekuwa na watu wasioweza kuhesabika waliokuwa na imani na ujuzi mbalimbali – ambao ni pamoja na Buddha na Confucius – lakini wote walipokabiliwa na swali hili walinyamaza kimya na hakuna hata mmoja wao aliyeweza kuepuka kuzeeka, magonjwa, na kifo.

Swali hili limeshikamana na dhambi na suala la wokovu wa mwanadamu, na yote hayawezi kusuluhishwa na mwanadamu

Leo, kuna hospitali nyingi na maduka mengi ya dawa ambayo tunaweza kuyafikia kirahisi, na yanaonekana kuwa tayari kuifanya jamii yetu iwe na afya bila magonjwa. Hata hivyo, mili yetu na ulimwengu wetu umejaa aina mbalimbali za magonjwa kuanzia homa ya mafua hadi magonjwa yasiyokuwa na tiba yasiyojulikana chanzo chake wala dalili zake. Watu wana haraka ya kulaumu hali ya hewa na mazingira au wanayahisi kama majanga ya kiasilia na ya kimaumbile, na hutegemea dawa na teknolojia ya kimatibabu.

Ili tuweze kupokea uponyaji wa kimsingi na tuishi maisha yenye afya, kila mmoja wetu lazima aelewe chanzo cha ugonjwa ni nini, na ni kwa jinsi gani tutapokea uponyaji. Kwa injili na kweli siku zote kuna pande mbili. Watu wasiokubali injili na kweli wamewekewa laana na adhabu, bali watu wanaokubali baraka na uzima vinawangojea. Ni mapenzi ya Mungu kwamba kweli ifichike kwa wale wanaojiona kuwa wenye hekima na akili, kama vile Mafarisayo na waalimu wa sheria. Pia ni mapenzi ya Mungu kwamba kweli ifunuliwe kwa wale ambao ni kama watoto, wanaoitamani na kufungua mioyo yao (Luka 10:21).

Mungu ameahidi waziwazi baraka kwa wale wanaotii na kuishi kwa kufuata amri zake. Lakini pia amenakili kwa utondoti kuhusu laana na aina zote za magonjwa yatakayotupwa juu ya wale wasiotii amri zake (Kumbukumbu la Torati 28:1-68).

Kwa kuwakumbusha Neno la Mungu watu wasioamini na hata baadhi ya waamini wanaolisahau, kazi hii inalenga kuwaweka watu kama hao katika njia ya sawa na kupata uhuru kutokana na magonjwa na maradhi.

Kwa kiasi utakachosikia, utakachosoma, utakachoelewa, na kulifanya Neno la Mungu kuwa chakula, na kwa uwezo kutoka kwa Mungu wa wokovu na uponyaji, naomba kila mmoja wenu apokee uponyaji wa magonjwa na maradhi makubwa na madogo. Afya njema naikae ndani yako na ndani ya jamaa zako siku zote, katika jina la Bwana wetu ninaomba!

Jaerock Lee

Yaliyomo

Ujumbe juu ya Uchapishaji

Sura ya 1

Chanzo cha magonjwa na miale ya uponyaji   1

Sura ya 2

Je, unataka kuwa mzima?   15

Sura ya 3

Mungu Mponyaji   35

Sura ya 4

Kwa kupigwa kwake tumepona   49

Sura ya 5

Uwezo wa kuponya magonjwa   67

Sura ya 6

Njia za kuponya waliopagawa na pepo   83

Sura ya 7

Imani ya Naamani na utiifu wake   103

Sura ya 1

Chanzo cha magonjwa na miale ya uponyaji

Malaki 4:2

"Lakini kwenu ninyi mnaolicha jina langu, jua la haki litawazukia, lenye kuponya katika mbawa zake; nanyi mtatoka nje, na kucheza-cheza kama ndama wa mazizini."

Sababu inayoleta magonjwa

Kwa kuwa watu wanatamani kuishi maisha ya raha na afya katika wakati wao hapa duniani, hula aina zote za vyakula vinavyojulikana kwamba vinasaidia upande wa afya, na humakinikia na kutafuta mbinu za kisiri. Hata ingawa kuna maendeleo makubwa ya ustaarabu wa vitu na sayansi ya kimatibabu, hata hivyo, uhalisi ni kwamba kuugua magonjwa ya kuua yasiyokuwa na tiba hakuwezi kuepukika.

Je, mwanadamu hawezi kuwa huru na uchungu wa magonjwa katika wakati wake hapa duniani?

Watu wengi wana haraka ya kulaumu hali ya hewa na mazingira au wanahisi moja kwa moja kwamba magonjwa ni majanga ya kiasilia na ya kimaumbile, na hutegemea dawa na teknolojia ya kimatibabu. Hata hivyo, mtu yeyote anaweza kuwa huru kutokana na magonjwa, mara tu chanzo cha aina zote za magonjwa na maradhi kinapotambuliwa

Biblia inatuonyesha njia za kimsingi ambazo kwa hizo mtu anaweza kuishi maisha yasiyokuwa na magonjwa, na hata kama atakuwa mgonjwa, inatupatia njia ambazo kwa hizo anaweza kupokea uponyaji:

[BWANA] akawaambia, "Kwamba utaisikiza kwa bidii sauti ya BWANA, Mungu wako, na kuyafanya yaliyoelekea mbele zake, na kutega masikio usikie maagizo yake, na kuzishika amri zake, mimi sitatia juu

yako maradhi yo yote niliyowatia Wamisri; kwa kuwa Mimi ndimi BWANA nikuponyaye" (Kutoka 15:26).

Hili ndilo Neno aminifu la Mungu, atawalaye maisha ya mwanadamu, kifo, laana, na baraka, tunazopatiwa kibinafsi. Basi ugonjwa ni nini? Na kwa nini mtu ashikwe na ugonjwa? Katika istilahi za kimatibabu, "ugonjwa" ni aina zote za ulemavu katika sehemu mbalimbali za mwili wa mtu – hali ya kiafya isiyokuwa ya kawaida – na hukuzwa na kuenezwa sana sana na bakteria. Kwa maneno mengine, ugonjwa ni hali ya mwili isiyokuwa ya kawaida, inayochochewa na sumu au bakteria ya kusababisha ugonjwa.

Katika Kutoka 9:8-9 kuna maelezo ya utaratibu ambao katika huo pigo la majipu lilikuwa litaletwa juu ya Misri:

> BWANA akawaambia Musa na Haruni, "Jitwalieni konzi za majivu ya tanuuni, kisha Musa na ayarushe juu kuelekea mbinguni mbele ya Farao. Nayo yatakuwa ni mavumbi membamba juu ya nchi yote ya Misri, nayo yatakuwa majipu yenye kufura na kutumbuka juu ya wanadamu na juu ya wanyama, katika nchi yote ya Misri."

Katika Kutoka 11:4-7, tunasoma kuhusu Mungu kuwatofautisha watu wa Israeli na watu wa Misri. Kwa Waisraeli, watu waliomwabudu Mungu, hakukupaswa kuwa na pigo lolote.

Lakini kwa Wamisri ambao hawakumwabudu Mungu wala kuishi kulingana na mapenzi yake, kulikuwa kutakuwa na pigo juu ya wazaliwa wao wa kwanza. Kupitia kwa Biblia, tunajifunza kwamba hata magonjwa yako chini ya mamlaka ya Mungu. Yeye huwalinda kutokana na magonjwa wale wanaomheshimu, na kwamba magonjwa yatawaambukiza wale wanaotenda dhambi kwa kuwa yeye atageuza uso wake kutoka kwa watu kama hao.

Ni kwa nini basi kuna magonjwa na kuugua magonjwa? Je, hili linamaanisha kuwa Mungu Muumba aliumba magonjwa wakati wa uumbaji ili mwanadamu aishi katika hatari za magonjwa. Mungu Muumba aliumba mwanadamu na hutawala kila kitu ulimwenguni katika wema, haki, na upendo.

Baada ya kuumba mazingira mwafaka kwa ajili ya mwanadamu aishi (Mwanzo 1:3-25), Mungu alimuumba mwanadamu kwa mfano wake mwenyewe, akawabariki, na akawaruhusu kuwa na uhuru na mamlaka makubwa sana.

Muda ulipoendelea kupita, watu walifurahia baraka alizotoa Mungu bure walipokuwa wakitii amri zake, na kuishi katika Bustani ya Edeni ambamo hamkuwa na machozi, huzuni, mateso, na magonjwa. Mungu alipoona kuwa kila kitu alichokiumba kilikuwa chema sana (Mwanzo 1:31), alitoa amri moja: "Matunda ya kila mti wa bustani waweza kula, walakini matunda ya mti wa ujuzi wa mema na mabaya usile, kwa maana siku utakapokula matunda ya mti huo utakufa hakika" (Mwanzo

2:16-17).

Lakini nyoka mjanja alipoona kwamba watu walikuwa hawajashika amri ya Mungu katika akili zao lakini badala yake waliipuza, nyoka akamjaribu Hawa, mke wa mtu wa kwanza kuumbwa. Adamu na Hawa walipokula lile tunda kutoka kwenye mti wa ujuzi wa mema na mabaya na kufanya dhambi (Mwanzo 3:1-6), kama alivyokuwa ameonya Mungu, kifo kilimwingia mwanadamu (Warumi 6:23).

Baada ya kufanya dhambi ya kutotii na mwanadamu alipokuwa anapokea mshara wa dhambi na kukabiliwa na mauti, roho ndani ya mwanadamu – bwana wake – pia ilikufa na ushirika kati ya mwanadamu na Mungu ukakoma. Wakafukuzwa kutoka katika Bustani ya Edeni na wakaanza kuishi katika machozi, huzuni, mateso, magonjwa, na kifo. Kwa kuwa kila kitu juu ya ardhi kililaaniwa, ardhi ilizaa miiba na michongoma na waliweza kula chakula chao kwa jasho la nyuso zao peke yake (Mwanzo 3:16-19).

Kwa hivyo sababu ya magonjwa ni dhambi ya asili iliyoletwa na kutotii kwa Adamu. Kama Adamu hangemwasi Mungu, hangekuwa amefukuzwa kutoka katika Bustani ya Edeni bali angeendelea kuishi maisha ya afya wakati wote. Kwa maneno mengine, kupitia kwa mtu mmoja kila mtu alikuwa mwenye dhambi na kuingia katika maisha ya hatari na mateso ya kila aina ya magonjwa. Bila kutatua tatizo la dhambi kwanza, hakuna mtu atakayetangazwa kuwa mwenye haki machoni pa Mungu kwa kufuata sheria (Warumi 3:20).

Jua la haki lenye kuponya katika mbawa zake

Malaki 4:2 inatwambia, "Lakini kwenu ninyi mnaolicha jina langu, jua la haki litawazukia, lenye kuponya katika mbawa zake; nanyi mtatoka nje, na kucheza-cheza kama ndama wa mazizini." Hapa, "jua la haki" linamrejelea Masihi.

Mungu alimhurumia mwanadamu aliyekuwa katika njia ya uharibifu na mateso kutoka kwa magonjwa na akatuokoa na dhambi zote kupitia kwa Yesu Kristo aliyekuwa amemtayarisha, kwa kumruhusu asulubiwe msalabani na damu yake yote kumwagwa. Kwa hivyo mtu yeyote aliyemkubali Yesu Kristo, alipokea msamaha wa dhambi zake, na kuufikia wokovu, sasa anaweza kuwa huru kutokana na magonjwa na akaishi maisha ya afya. Kupitia kwa laana juu ya vitu vyote, mwanadamu alilazimika kuishi katika hatari ya magonjwa ilimradi alikuwa bado anaishi. Lakini kwa upendo na neema ya Mungu, njia ya uhuru kutokana na magonjwa sasa imefunguliwa.

Wakati watoto wa Mungu wanapopigana na dhambi kufikia kiasi cha kumwaga damu yao (Waebrania 12:4) na kuishi kwa kufuata Neno lake, yeye atawalinda kwa macho yake ambayo ni kama moto uwakao na kuwakinga kwa ukuta wa moto wa Roho Mtakatifu ili kusiwe na sumu yoyote hewani itakayoweza kuingia miilini mwao. Hata kama mtu atakuwa mgonjwa, anapotubu na kuacha njia zake, Mungu atachoma huo ugonjwa na kuponya sehemu zilizoathiriwa. Huu ni uponyaji kupitia kwa "jua la haki."

Matibabu ya kisasa yameendeleza matibabu ya miali isiyoonekana, ambayo yanatumika mahali pengi leo kuzuia na kuponya magonjwa aina mbalimbali. Miali isiyoonekana inafanya kazi nzuri sana kwa kuua viini vya maradhi na kusababisha mabadiliko ya kikemikali mwilini. Matibabu haya yanaweza kuharibu kama 99% ya bakteria ya basili ya utumbo mkubwa, dondakoo, na bakteria ya basili ya kuhara damu na pia inatibu kifua kikuu, nyongea, upungufu wa damu, ongo, na ugonjwa wa ngozi. Hata hivyo, matibabu yanayosaidia na yenye nguvu kama matibabu ya miali, hayawezi kutumiwa kwa magonjwa yote.

"Jua la haki lenye kuponya katika mbawa zake" peke yake, kama ilivyonakiliwa katika Maandiko ndiyo njia ya uwezo inayoweza kuponya magonjwa yote. Miali kutoka kwenye jua la haki inaweza kutumiwa kuponya aina zote za magonjwa, na kwa sababu inaweza kutumiwa kwa wanadamu wote, njia anayotumia Mungu kuponya watu kweli ni rahisi na kamilifu, na kimsingi ndiyo bora zaidi.

Muda mfupi baada ya kuanzisha kanisa langu, mgonjwa mmoja aliyekuwa karibu kufa akiteseka kwa maumivu makali kutokana na kupooza na saratani aliletwa kwangu akiwa kwenye machela. Hakuweza kusema kwa sababu ulimi wake ulikuwa umekauka na hakuweza kuinuka kwa sababu mwili wake wote ulikuwa umepooza. Kwa kuwa madaktari walikuwa wameshindwa, mke wa huyo mgonjwa, aliyekuwa ameamini uwezo wa Mungu, alimhimiza mumewe amwachie yeye kila kitu.

Alipotambua kwamba njia ya pekee ya kuendeleza maisha yake ilikuwa kumshika na kumsihi Mungu, mgonjwa huyo alijaribu kuabudu hata alipokuwa amelala chini na mke wake pia alimsihi Mungu kwa ari katika imani na upendo. Nilipoona imani ya hao wawili, mimi pia nilimwombea huyo mtu kwa ari. Punde tu baadaye, yule mwanamume ambaye alikuwa amemtesa mkewe hapo awali kwa kumwamini Yesu alitubu na kuurarua moyo wake, na Mungu akatuma mwali wa uponyaji, ukauchoma mwili wa huyo mtu kwa moto wa Roho Mtakatifu, ukautakasa mwili wake. Haleluya! Kwa kuwa kitu kilichosababisha ugonjwa huo kilikuwa kimechomwa, punde tu huyo mwanamume alianza kutembea na kupiga mbio, na akawa mzima tena. Washirika wa Manmin walimpa Mungu utukufu na kufurahi walipoona kazi ya kushangaza ya uponyaji wa Mungu, inagawa haina haja kusema hivyo.

Lakini Kwenu Ninyi Mnaolicha Jina Langu

Mungu wetu ni Mungu mwenyezi aliyeumba kila kitu ulimwenguni kwa Neno Lake na akamuumba mwanadamu kutokana na udongo. Kwa kuwa Mungu wa aina hii amekuwa Baba yetu, hata tukiwa wagonjwa, tunapomtegemea yeye kabisa kwa imani yetu, ataona na kuitambua imani yetu na kwa furaha atuponye. Hakuna ubaya wowote wa kuponywa katika hospitali, lakini Mungu anapendezwa na watoto wake wanaoamini kwamba yeye anajua yote na anaweza yote, wanapomwita kwa ari, na kupokea uponyaji, na kumpa yeye utukufu.

Katika 2 Wafalme 20:1-11 kuna hadithi ya Hezekia, mfalme wa Yuda, aliyekuwa mgonjwa wakati Ashuru ilipovamia utawala wake, lakini akapokea uponyaji kamili siku tatu baada ya kumwomba Mungu na maisha yake yakaongezwa kwa miaka kumi na mitano.

Kupitia kwa nabii Isaya, Mungu anamwambia Hezekia "Tengeza mambo ya nyumba yako; maana utakufa, wala hutapona" (2 Wafalme 20:1; Isaya 38:1). Kwa maneno mengine, Hezekia alihukumiwa kifo ambapo aliambiwa ajitayarishe kwa ajili ya kifo chake na atengeze mambo yake kwa ajili ya utawala wake na jamaa zake. Lakini Hezekia akageuza uso wake mara moja na kuangalia ukutani na akamwomba BWANA (2 Wafalme 20:2) Mfalme alikuwa ametambua kwamba ugonjwa huo ulikuwa umesababishwa na uhusiano wake na Mungu, akaweka kila kitu kando na akaamua kuomba.

Hezekia alipokuwa anamwomba Mungu kwa ari na kwa machozi, Mungu anamwambia mfalme na kumwahidi, "Mimi nimeyasikia maombi yako, nimeyaona machozi yako; tazama, nitaziongeza siku zako, kiasi cha miaka kumi na mitano. Nami nitakuokoa wewe, na mji huu, na mkono wa mfalme wa Ashuru, nami nitaulinda mji huu" (Isaya 38:5-6). Pia tunaweza kufikiria jinsi ambavyo ni lazima Hezekia alimwomba Mungu kwa bidii na kwa ari Mungu alipomwambia, "Mimi nimeyasikia maombi yako, nimeyaona machozi yako."

Mungu aliyejibu ombi la Hezekia, alimponya mfalme kikamilifu hivyo basi akaweza kukwea katika hekalu la Mungu katika siku tatu. Zaidi ya hayo, Mungu aliongeza maisha ya Hezekia kwa miaka kumi na mitano, na katika maisha ya Hezekia yaliyobaki, Mungu aliulinda mji wa Yerusalemu kutokana na vitisho vya Ashuru.

Kwa kuwa Hezekia alikuwa anajua vizuri sana kwamba mambo ya maisha ya mtu na kufa kwake yalikuwa chini ya mamlaka ya Mungu, kumwomba Mungu kulikuwa na umuhimu wa juu sana kwake. Mungu alipendezwa na moyo wa unyenyekevu wa Hezekia pamoja na imani yake, akaahidi uponyaji wa mfalme, na Hezekia alipotaka ishara ya uponyaji wake, alikifanya kivuli kirudi nyuma hatua kumi kilizokuwa kimezienda tayari katika ngazi za Ahazi (2 Wafalme 20:11. Mungu wetu ni Mungu wa uponyaji na Baba anayetujali sana anayewapa mahitaji yao wale wanaomtafuta.

Kinyume cha hayo, katika 2 Mambo ya Nyakati 16:12-13 tunapata kwamba, "Akashikwa Asa na ugonjwa wa miguu katika mwaka wa thelathini na kenda wa kumiliki kwake. Ugonjwa wake ukazidi sana; lakini hakumtafuta BWANA katika ugonjwa wake, bali waganga. Asa akalala na babaze, akafa katika mwaka wa arobaini na mmoja wa kumiliki kwake." Mara ya kwanza alipoingia katika ufalme, "Basi, Asa akafanya yaliyo mema machoni pa Mungu, kama alivyofanya babaye Daudi" (1 Wafalme 15:11). Mara ya kwanza alikuwa mfalme mwenye hekima lakini alipokuwa anapoteza imani yake kwa Mungu polepole na kuanza kumtegemea mwanadamu zaidi, mfalme hakuweza kupokea msaada wa Mungu.

Baasha, mfalme wa Israeli alipoivamia Yuda, Asa alimtegemea Ben-Hadadi, mfalme wa Aramu, badala ya kumtegemea Mungu. Asa alikemewa kwa jambo hili na nabii Hanani, lakini hakuacha njia zake na badala yake akamtia jela huyo nabii na kuwakandamiza watu wake mwenyewe (2 Mambo ya Nyakati 16:7-10). Kabla Asa kuanza kumtegemea mfalme wa Aramu, Mungu alilitatiza jeshi la Aramu hivyo basi halikuweza kuivamia Yuda. Kuanzia wakati Asa alipoanza kumtegemea mfalme wa Aramu badala ya Mungu wake, mfalme wa Yuda hakuweza tena kupokea msaada kutoka kwa Mungu. Zaidi ya hayo, Mungu hakuweza kumfurahia Asa aliyetafuta msaada wa waganga badala ya kutafuta msaada kutoka kwa Mungu. Hiyo ndiyo sababu Asa alikufa baada ya kuugua ugonjwa wa miguu kwa miaka miwili peke yake. Hata ingawa Asa alitangaza imani yake kwa Mungu, kwa kuwa hakuonyesha tendo lolote la imani na alishindwa kumwita Mungu, Mungu mwenyezi hangeweza kumfanyia mfalme chochote.

Mwali wa uponyaji kutoka kwa Mungu wetu unaweza kuponya magonjwa ya aina yoyote hivi kwamba aliyepooza anaweza kusimama na kutembea, kipofu anaweza kuanza kuona, kiziwi akasikia, na wafu wakafufuka. Kwa hivyo, kwa sababu

Mungu Mponyaji ana uwezo usiokuwa na mipaka, ubaya wa ugonjwa hauna umuhimu wowote. Kuanzia ugonjwa mdogo kama mafua hadi ugonjwa mbaya kama saratani, kwa Mungu Mponyaji magonjwa yote ni sawa. Jambo la muhimu zaidi ni aina ya moyo tunaomwendea Mungu nawo: kama ni moyo unaofanana na ule wa Asa au wa Hezekia.

Naomba umkubali Yesu Kristo, upokee jibu la tatizo la dhambi, uhesabiwe haki kwa imani. Mpendeze Mungu kwa moyo mnyenyekevu, na imani iambatanayo na matendo kama ile ya Hezekia. Pokea uponyaji wa magonjwa yoyote au magonjwa yote, na siku zote ishi maisha ya afya njema katika jina la Bwana wetu ninaomba!

Sura ya 2

Je, unataka kuwa mzima?

Yohana 5:5-6

Na hapa palikuwa na mtu, ambaye amekuwa hawezi muda wa miaka thelathini na minane. Yesu alipomwona huyu amelala, naye akijua ya kuwa amekuwa hali hiyo siku nyingi, alimwambia, "Wataka kuwa mzima?"

Wataka Kuwa Mzima?

Kuna visa vingi tofauti vya watu, ambao awali hawakumjua Mungu, wakimtafuta na kuja mbele zake. Wengine humjia wanapokuwa wanafuata dhamiri yao njema, huku wengine huja na kukutana naye baada ya kuhubiriwa injili. Wengine humwona Mungu baada ya kuwa na tashwishi kuhusu maisha kupitia kwa kufilisika kwa biashara zao au kutoelewana kwa jamaa. Na bado wengine huja mbele zake na moyo wa dharura baada ya kuwa na maumivu makali ya kimwili au hofu ya kifo.

Kama huyu kiwete aliyekuwa na maumivu kwa miaka thelathini na minane karibu na birika lililoitwa Bethzatha alivyofanya. Ili uweze kuutoa ugonjwa wako kwa Mungu na upokee uponyaji, ni lazima utamani uponyaji kuliko vitu vingine vyote.

Kule Yerusalemu karibu na Lango la Kondoo, kulikuwa na birika ambalo kwa Kiebrania liliitwa "Bethzatha." Lilikuwa limezungukwa na matao matano yaliyofunikwa. Ndani yake mlikusanyika vipofu, viwete, na waliopooza na wakalala humo kwa kuwa ilikuwa inaaminiwa kwamba mara kwa mara, malaika angeshuka na kuyatibua hayo maji. Pia watu walikuwa wanaamini kwamba mtu wa kwanza atakayeingia birikani baada ya maji kutibuliwa, angeponywa ugonjwa wowote aliokuwa nao.

Alipomwona huyo kiwete wa miaka thelathini na minane akilala karibu na birika, na akijua tayari huyo mwanamume ameugua kwa muda gani, Yesu akamwuliza, "Wataka Kuwa Mzima?" Yule mtu akajibu, "Bwana, mimi sina mtu wa kunitia birikani, maji yanapotibuliwa; ila wakati ninapokuja mimi, mtu mwingine hushuka mbele yangu" (Yohana 5:7). Kupitia kwa maneno haya, yule mtu aliungama kwa Bwana kwamba hata ingawa alitamani kwa ari apate kuponywa, hangeweza kutembea mwenyewe. Bwana wetu akauona moyo wa huyo mtu, akamwambia, "Simama, jitwike godoro lako uende," na yule mtu akapona mara moja: akajitwika godoro lake akaenda (Yohana 5:8).

Ni Lazima Umwamini Yesu Kristo

Yule mtu aliyekuwa kiwete kwa miaka thelathini na minane alipokutana na Yesu Kristo, alipokea uponyaji mara moja. Alipomwamini Yesu Kristo, chanzo cha uzima wa kweli, yule mtu alisamehewa dhambi zake zote na akaponywa ugonjwa wake.

Je, yeyote kati yenu ana maumivu makali kwa sababu ya ugonjwa wake? Ukiwa unaugua magonjwa na ungetaka kuja mbele za Mungu upokee uponyaji, ni lazima umkubali Yesu Kristo kwanza, uwe mtoto wa Mungu, na upokee msamaha ili uweze kuondoa kila kizuizi kati yako na Mungu. Basi ni lazima uamini kwamba, kwa kuwa Mungu anajua yote na anaweza yote, anaweza kufanya miujiza yoyote. Pia ni lazima uamini kwamba tumekombolewa kutokana na magonjwa yetu yote kwa kupigwa kwa Yesu, na kwamba unapoomba katika jina la Yesu Kristo utapokea uponyaji. Tunapoomba kwa imani ya aina hii, Mungu atasikia maombi yetu ya imani na adhihirishe kazi ya uponyaji. Haijalishi ugonjwa wako umekaa kwa muda gani au ni mbaya kiasi gani, hakikisha unayatoa matatizo yako yote ya magonjwa kwa Mungu, ukikumbuka kwamba unaweza kuwa mzima tena mara moja Mungu mwenye uwezo anapokuponya.

Mtu aliyepooza aliyesimuliwa katika Marko 2:3-12, kwanza alisikia kwamba Yesu alikuwa amekuja Kapernaumu, alitaka kwenda mbele zake. Aliposikia habari za Yesu akiponya watu magonjwa mbalimbali, akitoa pepo, na kuwaponya wenye ukoma, yule aliyepooza alifikiri kwamba akiamini yeye pia angepokea uponyaji. Yule aliyepooza alipotambua kwamba alikuwa hawezi kwenda karibu na Yesu kwa sababu ya kundi kubwa lililokuwa limekusanyika, alisaidiwa na marafiki zake na wakabomoa paa la nyumba aliyokuwa akikaa Yesu na akateremshwa mbele ya Yesu kwa ule mkeka aliokuwa akilalia.

Je, unaweza kufikiri yule aliyepooza alikuwa ametamani kwenda kwa Yesu kwa kiasi gani hadi kufikia kiwango cha kufanya jambo hili? Na Yesu alifanya nini wakati yule aliyepooza aliyekuwa hawezi kutoka mahali pamoja na kwenda mahali pengine na hakuweza kwenda huku na huko kwa sababu ya hilo kundi, alipoonyesha imani yake na kujitoa kwake kwa kusaidiwa na rafiki zake? Yesu hakumkaripia yule aliyepooza kwa tabia yake mbaya lakini badala yake alimwambia, "Mwanangu, umesamehewa dhambi zako," na akamruhusu asimame na atembee papo hapo.

Katika Mithali 8:17 Mungu anatwambia, "Nawapenda wale wanipendao, na wale wanitafutao kwa bidii wataniona. Kama unataka kuishi bila uchungu wa magonjwa, kwanza ni lazima utake kupona kwa ari, uamini uwezo wa Mungu unaoweza kutatua tatizo la magonjwa, na umkubali Yesu Kristo.

Ni Lazima Uvunje Ukuta wa Dhambi

Haijalishi unaamini unaweza kuponywa kwa uwezo wa Mungu kwa kiasi gani, yeye hawezi kufanya kazi ndani yako kama kuna ukuta wa dhambi kati yako na yeye.

Hiyo ndiyo sababu katika Isaya 1:15-17, Mungu anatwambia, "Nanyi mkunjuapo mikono yenu, nitaficha macho yangu nisiwaone; naam, mwombapo maombi mengi, sitasikia. Mikono yenu imejaa damu. Jiosheni, jitakaseni; ondoeni uovu wa matendo yenu usiwe mbele za macho yangu. Acheni kutenda mabaya, jifunzeni kutenda mema; takeni hukumu na haki; wasaidieni walioonewa; mpatieni yatima haki yake; mteteeni mjane," na kisha katika kifungu kifuatacho, kifungu cha 18, Anaahidi, "Haya, njoni, tusemezane. Dhambi zenu zijapokuwa nyekundu sana, zitakuwa nyeupe kama theluji; zijapokuwa nyekundu kama bendera, zitakuwa kama sufu." Pia katika Isaya 59:1-3 tunapata maneno yafuatayo:

> *Tazama, mkono wa BWANA haukupunguka, hata usiweze kuokoa wala sikio lake si zito, hata lisiweze kusikia. Lakini maovu yenu yamewafarikisha ninyi na Mungu wenu, na dhambi zenu zimeuficha uso wake msiuone, hata hataki kusikia." Kwa maana mikono yenu imetiwa unajisi kwa damu, na vidole vyenu vimetiwa unajisi kwa uovu; midomo yenu imenena uongo, ndimi zenu zimenong'ona ubaya.*

Watu wasiomjua Mungu na ambao hawajamkubali Yesu Kristo, na wamekuwa wakiishi maisha jinsi wanavyotaka wenyewe hawatambui kwamba ni wenye dhambi. Watu wanapomkubali Yesu Kristo kama Mwokozi wao na kumpokea Roho Mtakatifu kama kipawa, Roho Mtakatifu atausadikisha ulimwengu wa hatia uhusuo dhambi na haki na hukumu, nao watakiri na waungame kwamba wao ni wenye dhambi (Yohana 16:8-11).

Hata hivyo, kwa sababu kuna wakati ambapo watu hawajui kwa utondoti dhambi ni nini, kwa hiyo hawawezi kuacha dhambi na uovu ulio ndani yao na wapokee majibu kutoka kwa Mungu. Ni lazima kwanza wajue dhambi ni nini machoni pake. Kwani magonjwa yote na maradhi yote hutokana na dhambi. Wakati tu unapojitazama na kuvunja ukuta wa dhambi ndipo unaweza kuona kazi yenye wepesi ya uponyaji. Natuchimbe ndani ya yale Maandiko yanayotwambia ni dhambi na jinsi tunavyopaswa kuvunja ukuta wa dhambi.

1. Kwanza, ni lazima utubu kutomwamini Mungu na umpokee Yesu Kristo.

Biblia inatuambia kwamba kutomwamini Mungu kwetu na kutomkubali Yesu Kristo kama Mwokozi wetu ndiyo dhambi (Yohana 16:9). Wasioamini wengi husema kwamba wanaishi maisha mazuri, lakini hawa watu hawawezi kujijua kwa usahihi kwa sababu hawajui Neno la kweli - nuru ya Mungu - na hawawezi kutofautisha jema na baya.

Kama mtu ana hakika ya kuishi maisha mazuri, maisha yake yanapoakisiwa dhidi ya kweli, ambao ni Neno la mwenyezi Mungu aliyeumba kila kitu ulimwenguni na hutawala maisha, kifo, laana, na baraka, uovu mwingi na mambo yasiyokuwa kweli yatapatikana. Hiyo ndiyo sababu Biblia inatuambia kwamba, "Hakuna mwenye haki hata mmoja" (Warumi 3:10), na kwamba "Kwa sababu hakuna mwenye mwili atakayehesabiwa haki mbele zake kwa matendo ya sheria; kwa maana kutambua dhambi huja kwa njia ya sheria" (Warumi 3:20).

Unapomkubali Yesu Kristo na kuwa mtoto wa Mungu baada ya kutubu kwa kutomwamini Mungu na kumkubali Yesu

Kristo, mwenyezi Mungu atakuwa Baba yako, na hivyo basi utapokea majibu ya ugonjwa wowote ulio nao.

2. Ni lazima utubu kwa kutowapenda ndugu zako.

Biblia inatuambia kwamba "Wapenzi ikiwa Mungu alitupenda sisi hivi, imetupasa na sisi kupendana" (1 Yohana 4:11). Pia inatukumbusha kwamba tunapaswa kuwapenda hata adui zetu (Mathayo 5:44). Kama tuliwachukia ndugu zetu, tulikuwa tunakosa kulitii Neno la Mungu na kwa hivyo kutenda dhambi.

Kwani Yesu alidhihirisha upendo wake kwa wanadamu wanaoishi katika dhambi na uovu kwa kusulubiwa msalabani. Ni haki kwetu kuwapenda wazazi wetu, watoto wetu, na ndugu na dada zetu. Si haki machoni pa Mungu kwetu sisi kuchukia na kutoweza kusamehe kwa sababu ya hisia mbaya zisizo na maana na kutoelewana kati yetu.

Katika Mathayo 18:23-35, Yesu anatupatia mfano ufuatao:

Kwa sababu hii ufalme wa mbinguni umefanana na mfalme mmoja aliyetaka kufanya hesabu na watumwa wake. Alipoanza kuifanya, aliletewa mtu mmoja awiwaye talanta elfu kumi. Naye alipokosa cha kulipa, bwana wake akaamuru auzwe, yeye na mkewe na watoto wake, na vitu vyote alivyo navyo, ikalipwe ile deni. Mtumishi akaanguka chini akamsihi huyo mfalme akasema,

'Bwana, nivumilie, nami nitakulipa yote pia.' Bwana wa mtumwa yule akamhurumia, akamfungua, akamsamehe ile deni. Mtumwa yule akatoka, akamwona mmoja wa wajoli wake, aliyemwia dinari mia; akamkamata, akamshika koo, akisema, 'Nilipe uwiwacho.' Basi mjoli wake akaanguka miguuni pake, akamsihi, akisema, 'Nivumilie, nami nitakulipa yote pia.' Lakini hakutaka, akaenda, akamtupa kifungoni, hata atakapoilipa ile deni. Basi wajoli wake walipoyaona yaliyotendeka, walisikitika sana, wakaenda wakamweleza bwana wao yote yaliyotendeka. Ndipo bwana wake akamwita, akamwambia, Ewe mtumwa mwovu, nalikusamehe wewe deni ile yote, uliponisihi. Nawe, je! Haikukupasa kumrehemu mjoli wako, kama mimi nilivyokurehemu wewe? Bwana wake akaghadhibika, akampeleka kwa watesaji, hata atakapoilipa deni ile yote. Ndivyo na Baba yangu wa mbinguni atakavyowatenda ninyi, msiposamehe kwa mioyo yenu kila mtu ndugu yake.

Hata ingawa tumepokea msamaha na neema ya Baba yetu Mungu, je, hatuwezi au hatupendi kukubali makosa na kasoro za ndugu zetu, lakini badala yake tunapenda kukuza mashindano, uadui, chuki, na kuchokozana?

Mungu anatwambia kwamba "Kila amchukiaye ndugu yake ni mwuaji: nanyi mnajua ya kuwa kila mwuaji hana uzima wa milele ukikaa ndani yake" (1 Yohana 3:15), "Ndivyo na Baba yangu wa mbinguni atakavyowatenda ninyi, msiposamehe kwa mioyo yenu kila mtu ndugu yake" (Mathayo 18:35), na anatuhimiza akisema "Ndugu, msinung'unikiane, msije mkahukumiwa. Angalieni, mwamuzi amesimama mbele ya milango" (Yakobo 5:9).

Ni lazima tutambue kwamba kama hatungekuwa tumewapenda lakini badala yake tukachukia ndugu zetu, basi sisi nasi, pia tumefanya dhambi na hatutajazwa na Roho Mtakatifu bali tutaumizwa. Kwa hivyo, hata kama ndugu zetu wanatuchukia na kutuudhi, hatupaswi kuwalipiza kwa kuwachukia na kuwaudhi, badala yake tulinde mioyo yetu na kweli, tuwaelewe na kuwasamehe. Mioyo yetu lazima iweze kutoa ombi la upendo kwa ajili ya ndugu kama hao. Tunapoelewana, kusameheana, na kupendana kwa msaada wa Roho Mtakatifu, Mungu pia atatuonyesha huruma na rehema zake, na adhihirishe kazi ya uponyaji.

3. Kama uliomba kwa kutaka vingi ni lazima utubu.

Yesu alipomponya mvulana aliyekuwa amepagawa na pepo, wanafunzi wake walimwuliza, "Mbona sisi hatukuweza kumtoa?" (Marko 9:28) Yesu akawajibu, "Namna hii haiwezi kutoka kwa neno lo lote, isipokuwa kwa kuomba" (Marko 9:29).

Ili uweze kupokea uponyaji wa kiwango fulani, kuomba na kusihi lazima vifanywe pia. Lakini maombi ya matakwa ya kibinafsi hayatajibiwa kwa sababu hayampendezi Mungu.

Mungu ametuamuru, "Basi, mlapo, au mnywapo, au mtendapo neno lo lote, fanyeni yote kwa utukufu wa Mungu" (1 Wakorintho 10:31). Kwa hivyo, lengo la masomo yetu na kupata umaarufu au uwezo lazima yote yawe kwa ajili ya utukufu wa Mungu. Tunapata katika Yakobo 4:2-3, "Mwatamani, wala hamna kitu, mwaua na kuona wivu, wala hamwezi kupata. Mwafanya vita na kupigana, wala hamna kitu kwa kuwa hamwombi! Hata mwaomba, wala hampati kwa sababu mwaomba vibaya, ili mvitumie kwa tamaa zenu."

Kuomba uponyaji ili uweze kuendeleza maisha yenye afya ni kwa ajili ya utukufu wa Mungu; utapokea majibu unapoombea hilo. Lakini kama hutapokea uponyaji hata unapouombea, hiyo ni kwa sababu pengine unaomba kitu ambacho si halisi katika kweli. Hata hivyo Mungu anataka kukupa hata vitu vikubwa zaidi mara nyingi.

Mungu atapendezwa na ombi la aina gani? Kama Yesu anavyotwambia katika Mathayo 6:33, "Bali utafuteni kwanza ufalme wake, na haki yake; na hayo yote mtazidishiwa," badala ya kuwa na wasiwasi kuhusu chakula, nguo, na vitu kama hivyo, ni lazima kwanza tumpendeze Mungu kwa kuomba kwa ajili ya ufalme wake na haki yake, na kwa ajili ya injili na utakaso. Ni wakati huo peke yake ndipo Mungu atajibu matamanio ya moyo wako na kukupatia uponyaji kamili wa ugonjwa wako.

4. **Kama uliomba katika tashwishi ni lazima utubu.**

Mungu anapendezwa na ombi linaloonyesha imani ya mtu. Kuhusu hili tunapata katika Waebrania 11:6, "Lakini pasipo imani haiwezekani kumpendeza; kwa maana mtu amwendeaye Mungu lazima aamini kwamba yeye yuko, na kwamba huwapa thawabu wale wamtafutao." Vivyo hivyo, Yakobo 1:6-7 inatukumbusha, "Ila na aombe kwa imani, pasipo shaka yo yote; maana mwenye shaka ni kama wimbi la bahari lililochukuliwa na upepo, na kupeperushwa huku na huku. Maana mtu kama yule asidhani ya kuwa atapokea kitu kwa Bwana."

Maombi yaliyoombwa katika tashwishi huonyesha kwamba huyo mtu hamwamini mwenyezi Mungu, huuvunjia heshima uwezo wake, na kumfanya kuwa Mungu asiyeweza. Ni lazima utubu mara moja, ufanane na kina baba wa imani, na uombe kwa bidii na kwa ari ili upate imani ambayo kwa hiyo unaweza kuamini moyoni mwako.

Wakati mwingi katika Biblia, tunapata kwamba Yesu aliwapenda wale waliokuwa na imani kubwa, akawachagua kama wafanya kazi wake, na akafanya huduma yake kupitia kwao na pamoja nao. Wakati watu waliposhindwa kuonyesha imani yao, Yesu aliwakemea hata wanafunzi wake pia kwa imani yao haba (Mathayo 8:23-27), lakini aliwasifu na kuwapenda wale waliokuwa na imani kubwa, hata kama walikuwa watu wa Mataifa (Mathayo 8:10).

Huwa unaombaje na una imani ya aina gani?

Katika Mathayo 8:5-13 akida mmoja alikuja kwa Yesu na akamwomba amponye mmoja wa watumishi wake aliyekuwa amelala nyumbani akiwa amepooza na ana maumivu makali sana. Yesu alipomwambia, "Nitakuja, nimponye" (kif. 7) Yule akida akamjibu, akasema, "Bwana, mimi sistahili wewe uingie chini ya dari yangu; lakini sema neno tu, na mtumishi wangu atapona" (kif. 8), na akamwonyesha Yesu imani yake kuu. Yesu aliposikia maneno hayo, alifurahi na akamsifu. Sijaona imani kubwa namna hii, kwa ye yote katika Israeli" (kif. 10). Yule mtumishi wa yule akida aliponywa saa ile ile.

Katika Marko 5:21-43 kumenakiliwa kisa cha kazi ya uponyaji ya kushangaza. Yesu alipokuwa kandokando ya ziwa, mmoja wapo wa wakuu wa sinagogi aliyeitwa Yairo alimjia na akaanguka miguuni pa Yesu. Yairo akamsihi Yesu. "Binti yangu mdogo yu katika kufa; nakuomba uje, uweke mkono wako juu yake, apate kupona, na kuishi" (kif. 23).

Yesu alipokuwa anaenda na Yairo, mwanamke aliyekuwa ametokwa na damu kwa miaka kumi na miwili alimjia. Alikuwa ameteseka sana chini ya utunzaji wa madaktari wengi na alikuwa ametumia vyote alivyokuwa navyo, lakini badala ya kupata nafuu hali yake ilizidi kuwa mbaya.

Huyo mwanamke alikuwa amesikia kwamba Yesu alikuwa hapo karibu. Basi akiwa katikati ya kundi la watu waliokuwa wanamfuata Yesu, alikuja nyuma yake na kuligusa vazi lake. Maana huyo mwanamke aliamini, "Nikiyagusa mavazi yake tu, nitapona" (kif. 28). Huyo mwanamke alipoweka mkono wake juu ya vazi la Yesu, mara chemchemi ya damu yake ikakauka, naye akafahamu mwilini mwake kwamba amepona msiba ule. Mara Yesu, hali akifahamu nafsini mwake kwamba nguvu zimemtoka, akageuka kati ya mkutano, akasema, "Ni nani aliyenigusa mavazi yangu?" (kif. 30) Yule mwanamke alipoungama ukweli, Yesu alimwambia, "Binti, imani yako imekuponya, enenda zako kwa amani, uwe mzima, usiwe na msiba wako tena" (kif.34). Alimpa mwanamke yule wokovu na pia baraka ya afya.

Wakati ule, watu kutoka katika nyumba ya Yairo walikuja na kumwambia, "Binti yako amekwisha kufa" (kif. 35). Yesu akamhakikishia Yairo akamwambia, "Usiogope, amini tu" (kif. 36), na akaendelea kwenda nyumbani kwa Yairo. Huko Yesu akawaambia wale watu, "Kijana hakufa, bali amelala tu" (kif. 39), akamwambia msichana, "'Talitha, kumi; (tafsiri yake, Msichana, nakuambia, Inuka!')" (kif. 41). Yule msichana akainuka mara moja na akaanza kutembea.

Amini kwamba ukiomba kwa imani, hata ugonjwa mbaya unaweza kupona na wafu wanaweza kufufuliwa. Kama kufikia sasa umekuwa ukiomba na tashwishi, pokea uponyaji na uwe na nguvu kwa kutubu hiyo dhambi.

5. Ni lazima utubu kwa kukosa kutii amri za Mungu.

Katika Yohana 14:21, Yesu anatwambia, "Yeye aliye na amri zangu, na kuzishika, yeye ndiye anipendaye; naye anipendaye atapendwa na Baba yangu; nami nitampenda na kujidhihirisha kwake." Katika 1 Yohanan 3:21-22) pia tunakumbushwa. "Wapenzi, mioyo yetu isipotuhukumu, tuna ujasiri kwa Mungu; na lo lote tuombalo, twalipokea kwake, kwa kuwa twazishika amri zake, na kuyatenda yapendezayo machoni pake." Mwenye dhambi hawezi kuwa na hakika mbele za Mungu. Lakini, mioyo yetu inapokuwa na heshima na bila kasoro inapopimwa dhidi ya Neno la kweli, tunaweza kumwomba Mungu chochote kwa ujasiri.

Kwa hivyo, kama mtu amwaminiye Mungu, ni lazima ujifunze na kufahamu Amri Kumi, ambazo ni kama muhtasari wa vitabu sitini na sita vya Biblia, na uvumbue ni kwa kiasi gani katika maisha yako umekuwa ukizivunja amri hizo.

I. Je, moyoni mwangu nimekuwa na miungu mingine mbali na Mungu?

II. Je, nimewahi kujifanyia sanamu za mali zangu, watoto wangu, afya yangu, biashara yangu, na vitu kama hivyo, na kuziabudu?

III. Je, nimewahi kulitaja jina la Mungu bure?

IV. Je, siku zote nimeishika siku ya Sabato na kuifanya takatifu?

V. Je, nimewaheshimu wazazi wangu siku zote?

VI. Je, nimewahi kuua kimwili au kiroho kwa kuwachukia ndugu na dada zangu au kuwafanya wafanye dhambi?

VII. Je, nimewahi kuzini, hata moyoni mwangu?

VIII. Je, nimewahi kuiba?

IX. Je, nimewahi kutoa ushahidi wa uongo dhidi ya majirani zangu?

X. Je, nimewahi kutamani mali za jirani yangu?

Zaidi ya hayo, pia ni lazima ujiangalie kama umekuwa ukishika amri ya Mungu kwa kuwapenda jirani zako kama ujipendavyo mwenyewe. Unapotii amri za Mungu na umwombe, Mungu wa uwezo atakuponya ugonjwa wowote na magonjwa yote.

6. Ni lazima utubu kwa kutopanda mbegu katika Mungu.

Kwa kuwa Mungu hutawala kila kitu ulimwenguni, ameweka seti ya sheria kwa ajili ya ulimwengu wa kiroho na, kama hakimu mwenye haki, huongoza na kusimamia vitu vyote kulingana na sheria hizo.

Katika Danieli 6, Mfalme Dario aliwekwa katika hali ngumu ambamo hangeweza kumwokoa mtumishi wake mpendwa Danieli kutoka kwenye tundu la simba, hata ingawa alikuwa mfalme. Kwa kuwa alikuwa ametoa amri kwa mwandiko wake mwenyewe, Dario hangeweza kuvunja sheria aliyoiweka yeye mwenyewe. Kama mfalme angekuwa wa kwanza kulegeza kanuni na kuvunja sheria, ni nani angemsikia na kumtumikia? Hiyo ndiyo sababu, hata ingawa mtumishi wake mpendwa Danieli alikuwa karibu kutupwa katika tundu la simba katika njama ya watu waovu, Dario hakuwa na la kufanya.

Vivyo hivyo, kama vile Mungu halegezi kanuni na kuvunja sheria aliyoweka yeye mwenyewe, kila kitu ulimwenguni kinaendeshwa katika mpango sahihi chini ya mamlaka yake. Hiyo ndiyo sababu, "Msidanganyike, Mungu hadhihakiwi; kwa kuwa cho chote apandacho mtu, ndicho atakachovuna" (Wagalatia 6:7).

Jinsi utakavyopanda katika maombi, ndivyo utakavyopokea majibu na kukua kiroho, na utu wako wa ndani utatiwa nguvu, na roho yako kufanywa upya. Kama ulikuwa mgonjwa au ulikuwa na udhaifu lakini sasa upande wakati wako katika upendo wako kwa Mungu kwa kushiriki kwa bidii katika ibada zote, utapokea baraka ya afya na bila kukosea utahisi mabadiliko katika mwili wako. Ukipanda utajiri katika Mungu, yeye atakulinda na kukukinga kutokana na majaribu na pia atakupa baraka ya kuwa na utajiri mwingi zaidi.

Kwa kuelewa jinsi kupanda mbegu katika Mungu kulivyo muhimu, unapoacha matumaini ya ulimwengu huu ambayo yataoza na kuangamia lakini badala yake uanze kulimbikiza thawabu zako mbinguni katika imani ya kweli, mwenyezi Mungu atakuongoza katika maisha ya afya wakati wote.

Kwa kutumia Neno la Mungu, tumechunguza kile ambacho kimekuwa ukuta kati ya Mungu na wanadamu, na kwa nini tumekuwa tukiishi katika maumivu ya magonjwa. Kama ulikuwa hujamwamini Mungu na ukaugua magonjwa, mkubali Yesu kama Mwokozi wako na uanze maisha mapya katika Kristo. Usiwaogope wale wanaoweza kuuua mwili. Badala yake, kwa mwogope yule awezaye kuhukumu mwili na roho na kuvitupa jehanamu. Linda imani yako katika Mungu wa wokovu kutokana na mateso ya wazazi wako, ndugu zako, mumeo/mkeo, wakwe zako, na wengine wote. Mungu anapokiri imani yako, atafanya kazi na unaweza kupokea neema ya uponyaji.

Kama wewe ni mwamini lakini unaugua ugonjwa, jiangalie mwenyewe uone kama kuna masalio yoyote ya uovu, kama vile chuki, wivu, husuda, ubaya, uchafu, ulafi, nia mbaya, uuaji, migongano, masengenyo, umbeya, kiburi, na mengine kama hayo. Kwa kumwomba Mungu na kupokea msamaha katika huruma na rehema zake, pokea pia jibu la tatizo la ugonjwa wako.

Watu wengi hujaribu kujadiliana na Mungu. Husema kwamba kama Mungu atawaponya magonjwa na maradhi yao kwanza, watamwamini Yesu na wamfuate vizuri. Lakini, kwa sababu Mungu anajua ndani ya moyo wa kila mtu, ni baada tu ya kuwatakasa watu kiroho peke yake ndipo atakapomponya kila mmoja wao kutokana na magonjwa yao ya kimwili.

Kwa kuelewa kwamba mawazo ya wanadamu na mawazo ya Mungu yako tofauti, naomba utii mapenzi ya Mungu kwanza ili roho yako iendelee vizuri unapopokea baraka za uponyaji wa magonjwa yako, katika jina la Bwana wetu ninaomba!

Sura ya 3

Mungu Mponyaji

Kutoka 15:26

Kwamba utaisikiza kwa bidii sauti ya BWANA, Mungu wako, na kuyafanya yaliyoelekea mbele zake, na kutega masikio usikie maagizo yake, na kuzishika amri zake, mimi sitatia juu yako maradhi yo yote niliyowatia Wamisri; kwa kuwa Mimi ndimi BWANA nikuponyaye.

Kwa Nini Wanadamu Wanakuwa Wagonjwa?

Hata ingawa Mungu Mponyaji anawataka watoto wake wote waishi maisha ya afya, wengi wao wanateseka kutokana na uchungu wa magonjwa, hawawezi kutatua tatizo la magonjwa. Kama tu kulivyo na sababu kwa kila matokeo, vivyo hivyo kuna sababu kwa kila ugonjwa. Kila ugonjwa unaweza kuponywa mara moja sababu yake inapojulikana. Kwa wale wote wanaotamani kupokea uponyaji lazima kwanza wajue sababu za magonjwa yao. Tukiwa na Neno la Mungu kutoka katika Kutoka 15:26, tutachimba ndani tujue sababu za magonjwa, na njia ambazo kwa hizo tunaweza kuwekwa huru kutokana na magonjwa na kuishi maisha ya afya.

"BWANA" ni jina la Mungu, ambalo maana yake ni "Mimi Niko Ambaye Niko" (Kutoka 3:14). Jina hili pia linaonyesha kwamba viumbe wengine wote wako chini ya mamlaka ya Mungu Anayeheshimiwa Zaidi. Kutokana na jinsi Mungu alivyojiita kama "BWANA, nikuponyaye" (Kutoka 15:26), tunajifunza kuhusu upendo wa Mungu unaotuweka huru kutokana na uchungu wa magonjwa, na kuhusu uwezo wa Mungu unaotuponya magonjwa.

Katika Kutoka 15:26, Mungu anatwambia, "Kwamba utaisikiza kwa bidii sauti ya BWANA Mungu wako, na kuyafanya yaliyoelekea mbele zake, na kutega masikio usikie maagizo yake, na kuzishika amri zake, mimi sitatia juu yako maradhi yo yote niliyowatia Wamisri; kwa kuwa Mimi ndimi BWANA nikuponyaye." Kwa hivyo kama umeshikwa na ugonjwa, hilo ni thibitisho la wewe kutoisikiliza sauti yake kwa uangalifu, kutofanya yaliyokuwa sahihi machoni pake, na kutoweka usikivu kwenye amri zake.

Kwa kuwa watoto wa Mungu ni raia wa mbinguni, ni lazima wakae katika sheria ya mbinguni. Hata hivyo, kama raia wa mbinguni hawatii sheria zake, Mungu hawezi kuwalinda kwa sababu dhambi ni uvunjaji wa sheria (1 Yohana 3:4). Kisha, jeshi la magonjwa litapenya, na kuacha watoto wa Mungu wasiotii chini ya uchungu wa magonjwa.

Natuchunguze kwa utondoti njia ambazo kwa hizo tunaweza kushikwa na magonjwa, sababu ya magonjwa, na jinsi uwezo wa Mungu Mponyaji unavyoweza kuponya wale kati yetu ambao wanateseka kutokana na magonjwa.

Kisa Ambacho katika Hicho Mtu Hushikwa na Ugonjwa kama Matokeo ya Dhambi.

Katika Biblia yote, Mungu anatwambia kila mara kwamba sababu ya ugonjwa ni dhambi. Yohana 5:14 inasema, "Baada ya hayo Yesu akamkuta ndani ya hekalu, akamwambia, 'Angalia, umekuwa mzima; usitende dhambi tena, lisije likakupata jambo lililo baya zaidi.'" Kifungu hiki kinatukumbusha kwamba kama huyo mwanamume angefanya dhambi, angeshikwa na ugonjwa mbaya zaidi kuliko ule aliokuwa nao awali, na pia kupitia dhambi, watu hushikwa na magonjwa. Katika Kumbukumbu la Torati 7:12-15, Mungu alituahidi kwamba, "Na itakuwa, kwa sababu mwazisikiliza hukumu hizi, na kuzishika na kuzitenda, basi BWANA Mungu wako, atakutimilizia agano na rehema aliyowaapia baba zako. Naye atakupenda na kukubarikia na kukuongeza tena ataubarikia uzao wa tumbo lako, na uzao wa nchi yako, nafaka zako na divai yako, na mafuta yako, maongeo ya ng'ombe zako, na wadogo wa kondoo zako, katika nchi aliyowaapia baba zako kuwa atakupa. Utabarikiwa kuliko mataifa yote; hakutakuwa na mtu mume wala mke aliye tasa kati yenu; wala kati ya wanyama wenu wa mifugo. Na BWANA atakuondolea ugonjwa wote; wala hatatia juu yako maradhi yo yote mabaya uyajuayo ya Misri, lakini atayaweka juu ya wote wakuchukiao." Ndani ya wale wachukiao watu mna uovu na dhambi, na magonjwa yataletwa juu ya watu kama hao.

Katika Kumbukumbu la Torati 28, sura inayojulikana sana kama "Sura ya Baraka," Mungu anatwambia kuhusu aina ya baraka tutakazopokea tunapomtii Mungu wetu kikamilifu na kufuata amri zake zote kwa uangalifu. Pia anatwambia kuhusu aina za laana zitakazokuja juu yetu na kutupata kama hatutafuata kwa uangalifu amri na maagizo yake yote.

Hasa yaliyotajwa kwa utondoti ni aina za magonjwa yatakayotujia kama tutakosa kumtii Mungu. Haya ni tauni; kifua kikuu; homa; kuwashwa; hari ya moto na ukaufu; koga; "majibu ya Misri...bawasiri; pele, na kujikuna ambayo hupati kupoa"; wazimu; upofu, bumbuwazi la moyo bila mtu wa kukuokoa; kupigwa kwa magoti na miguu kwa jibu lililo zito lisilopona, kutokea wayo wa mguu hadi utosi wa kichwa (Kumbukumbu la Torati 28:21-35).

Kwa kuelewa kisahihi kwamba sababu ya magonjwa ni dhambi, kama umeshikwa na ugonjwa ni lazima kwanza utubu kwa kutoishi kwa kufuata Neno la Mungu na upokee msamaha. Mara tu unapopokea uponyaji kwa kuishi kulingana na Neno, ni lazima usifanye dhambi tena.

Kisa Ambacho katika Hicho Mtu Hushikwa na Ugonjwa Hata Ingawa Haoni Kwamba Amefanya Dhambi

Watu wengine husema kwamba hata ingawa hawajatenda dhambi, bado wameshikwa na magonjwa. Lakini, Neno la Mungu linatwambia kwamba tukifanya mambo ya sawa machoni pa Mungu, tukiweka usikivu kwenye amri zake na kushika maagizo yake yote, basi Mungu hatatupiga na magonjwa yoyote. Kama tumeshikwa na ugonjwa, ni lazima tukiri kwamba humo njiani hatukufanya yale ya sahihi machoni pake na hatukuzishika amri zake.

Basi, dhambi isababishayo magonjwa ni nini?

Ikiwa mtu ametumia mwili wenye afya aliopewa na Mungu bila kiasi, au bila maadili mema, akikosa kutii amri zake, makosa yaliyofanywa, au aliishi maisha yasiyokuwa na mpango, anajiingiza mwenyewe katika hatari ya kushikwa na ugonjwa. Magonjwa ya aina hii pia yamo katika kundi la magonjwa ya kuchafukwa na tumbo kutokana na kula kupita kiasi au kula bila mpango maalumu, ugonjwa wa maini kutokana na uvutaji wa sigara na kunywa pombe, na aina nyingine nyingi za magonjwa kutokana na kuufanyisha kazi mwili kupita kiasi.

Hii inaweza kuwa si dhambi kutoka kwa mtazamo wa mwanadamu, lakini machoni mwa Mungu ni dhambi. Kula kupita kiasi ni dhambi kwa sababu inaonyesha ulafi wa mtu na kutoweza kutumia kiasi. Mtu akiwa mgonjwa kutokana na kula bila mpango maalumu, dhambi yake si kutokuwa na maisha yenye utaratibu au kutofuata wakati wake wa kula, bali kutumia mwili wake vibaya bila kuwa na kiasi. Mtu akiwa mgonjwa baada ya kula chakula kilichokuwa hakijaiva vizuri, dhambi yake ni kutokuwa na subira – kutofanya kulingana na kweli.

Mtu akitumia kisu bila uangalifu na ajikate, na kidonda kitoe usaha, hilo pia ni matokeo ya dhambi yake. Kama alimpenda Mungu kweli, Mungu angemlinda mtu huyo na ajali wakati wote. Hata kama alifanya makosa, Mungu angetoa njia ya kutokea, na kwa sababu yeye hufanya kazi kwa wema wa watu wampendao, mwili haungekuwa na makovu. Vidonda na majeraha yangekuwa yangetokea kwa sababu ya haraka yake ambayo si njia adilifu, na yote si ya haki machoni mwa Mungu, hivyo basi kufanya kitendo chake kuwa dhambi.

Sheria hiyo hiyo inafanya kazi hata katika kuvuta sigara na kunywa pombe. Kama mtu anajua kwamba kuvuta sigara hufifisha akili yake, huharibu vikoromeo vyake na husababisha saratani lakini bado ashindwe kuacha. Na kama mtu anajua kwamba sumu katika pombe huharibu matumbo yake na kufifisha viungo vya mwili wake, na bado ashindwe kuacha, haya ni matendo ya dhambi. Inaonyesha kutoweza kujitawala kwake na ulafi wake, kutoupenda mwili wake, na kutofuata mapenzi ya Mungu. Kwa nini matendo haya yasiwe dhambi?

Hata kama tulikuwa hatuna uhakika kama magonjwa yote ni matokeo ya dhambi, sasa tunaweza kuwa na uhakika na hilo baada ya kuchunguza visa vingi tofauti na kuvipima kwa Neno la Mungu. Ni lazima tutii siku zote na tuishi kwa kufuata Neno Lake ili tuweze kuwekwa huru na magonjwa. Kwa maneno mengine, tunapofanya mambo ya haki machoni pa Mungu, tuweke usikivu kwa amri zake, na kushika maagizo yake yote, yeye atatulinda na kutukinga na magonjwa wakati wote.

Magonjwa Yasababishwayo na Fadhaa na Maradhi Mengine ya Kiakili

Takwimu zinatwambia kwamba idadi ya watu wanaougua magonjwa ya fadhaa na maradhi mengine ya kiakili inaongezeka.

Kama watu wana saburi kama Neno la Mungu linavyotuagiza, na kama wanasamehe, wanapenda, na kuelewa kulingana na kweli, wangewekwa huru kutokana na magonjwa hayo kirahisi. Lakini, bado kuna uovu uliobaki mioyoni mwao na uovu unawakataza kuishi kwa kufuata Neno. Maumivu ya kiakili hufifisha viungo vingine vya mwili na mfumo wa kinga, hatimaye kuleta magonjwa. Tunapoishi kwa kufuata Neno, mihemko yetu haitaamshwa, hatutakuwa na hasira kali, na akili zetu hazitachochewa.

Kuna wale walio karibu nasi ambao hawaonekani kuwa wabaya bali wanaonekana kuwa wazuri, lakini wanaugua magonjwa ya aina hii. Kwa kuwa wanajizuia hata kuonyesha mihemko ya kawaida, wanaugua magonjwa mabaya zaidi kuliko wale wanaotoa hasira zao na ghadhabu zao. Wema katika kweli si uchungu kutoka kwenye migongano kati ya mihemko inayopingana; badala yake ni kuelewana katika msamaha na upendo na kufurahia kuwa na kiasi na kuvumilia.

Zaidi ya hayo, watu wanapofanya dhambi kwa kujua, huugua magonjwa ya kiakili kutokana uchungu na uharibifu wa kiakikili. Kwa kuwa hawafanyi wema bali huanguka ndani ya uovu zaidi, maumivu yao ya kiakili huleta ugonjwa. Tunapaswa kujua kwamba fadhaa na magonjwa mengine ya kiakili tunayaleta wenyewe, kwa kusababishwa na njia zetu za ujinga na uovu. Hata katika kisa kama hicho, Mungu wa upendo atawaponya wote wanaomtafuta na wanaotamani kupokea uponyaji wake. Licha ya hayo, yeye pia atawapa tumaini la mbinguni na kuwaruhusu wakae katika furaha na starehe ya kweli.

Magonjwa ya kutoka kwa adui ibilisi pia yanasababishwa na dhambi.

Watu wengine wamepagawa na Shetani na wanaugua magonjwa yote ambayo adui ibilisi huwatupia. Hii ni kwa sababu wameacha mapenzi ya Mungu na kwenda mbali na kweli. Sababu ya watu wengi kuwa wagonjwa, kulemaa kimwili, kupagawa na pepo katika jamaa zilizoabudu sanamu sana ni kwa sababu Mungu huchukia ibada ya sanamu.

Katika Kutoka 20:5-6 tunapata, "Usivisujudie wala kuvitumikia; kwa kuwa mimi, BWANA, Mungu wako, ni Mungu mwenye wivu; nawapatiliza wana maovu ya baba zao, hata kizazi cha tatu na cha nne cha wanichukiao, nami nawarehemu maelfu elfu wanipendao, na kuzishika amri zangu.." Alitupatia amri maalumu, kutukataza tusiabudu sanamu. Kutokana na Amri Kumi alizotupa, kwa Amri mbili za kwanza − "Usiwe na miungu mingine ila mimi" (kif. 3). "Usijifanyie sanamu ya kuchonga, wala mfano wa kitu cho chote kilicho juu mbinguni, wala kilicho chini duniani, wala kilicho majini chini ya dunia" (kif. 4) − tunaweza kujua kirahisi kwamba Mungu anachukia ibada ya sanamu.

Wazazi wanapokosa kutii mapenzi ya Mungu na kuabudu

sanamu, kiasilia watoto wao watafuata mwongozo wao. Wazazi wanapokosa kutii Neno la Mungu na wafanye uovu, kiasilia watoto wao watafuata mwongozo wao na wafanye uovu. Dhambi ya kutotii inapofikia kizazi cha tatu na cha nne, kama mshahara wa dhambi, uzao wao utaugua magonjwa ambayo adui ibilisi atawapiga nayo.

Hata kama wazazi waliabudu sanamu lakini kama watoto wao, kutokana na uzuri wa mioyo yao, watamwabudu Mungu, Yeye atawaonyesha upendo wake na rehema zake na awabariki. Hata kama wakati huu watu wanaugua magonjwa ambayo adui ibilisi aliwapiga nayo baada ya kuacha mapenzi ya Mungu na kupotea kutoka kwenye kweli, wanapotubu na kuacha njia zao kutoka dhambini, Mungu Mponyaji atawatakasa. Wengine atawaponya mara moja; wengine atawaponya baadaye kidogo; na wengine atawaponya kulingana na ukuaji wa imani zao. Kazi ya uponyaji itafanyika kulingana na mapenzi ya Mungu: kama watu watakuwa na mioyo isiyogeuka machoni pake, watapopywa mara moja. Hata hivyo, kama mioyo yao ni ya ujanja, watapopywa wakati mwingine baadaye.

Tukiishi katika imani tutakuwa huru kutokana na magonjwa.

Basi huyo mtu, huyo Musa, alikuwa mpole sana zaidi ya wanadamu wote waliokuwa juu ya uso wa nchi (Hesabu 12:3) na alikuwa mwaminifu katika nyumba yote ya Mungu, alionekana kuwa mtumishi mwaminifu wa Mungu (Hesabu 12:7). Biblia pia inatwambia kwamba Musa alipokufa alikuwa mtu wa miaka mia na ishirini; jicho lake halikupofuka, wala nguvu za mwili wake hazikupunguka (Kumbukumbu la Torati 34:7). Kwa kuwa Ibrahimu alikuwa mtu kamilifu aliyemtii na kumheshimu Mungu katika imani, aliishi hadi umri wa miaka 175 (Mwanzo 25:7). Danieli alikuwa na afya hata ingawa alikula mboga peke yake (Danieli 1:12-16). Yohana Mbatizaji alikuwa na nguvu hata ingawa alikula nzige na asali ya mwituni peke yake (Mathayo 3:4).

Mtu anaweza kushangaa jinsi watu walivyoweza kuendelea kuwa na afya bila kula nyama. Lakini, mara ya kwanza Mungu alipomuumba mwanadamu, alimwambia ale matunda peke yake. Katika Mwanzo 2:16-17 Mungu anamwambia mwanadamu, "Matunda ya kila mti wa bustani waweza kula, walakini matunda ya mti wa ujuzi wa mema na mabaya usile, kwa maana siku utakapokula matunda ya mti huo utakufa hakika." Baada ya Adamu kuasi, Mungu alimfanya ale mimea ya shambani peke yake (Mwanzo 3:18), na dhambi ilipoendelea kunawiri ulimwenguni, baada ya hukumu ya Gharika, Mungu alimwambia Nuhu katika Mwanzo 9:3, "Kila kiendacho kilicho hai kitakuwa chakula chenu, kama nilivyowapa mboga za majani." Wanadamu walipoendelea kuwa waovu polepole, Mungu aliwaruhusu wale nyama, lakini si chakula chochote kilicho "chukizo" (Mambo ya Walawi 11; Kumbukumbu la Torati 14).

Katika nyakati za Agano Jipya Mungu alitwambia katika Matendo 15:29, "Mjiepushe na vitu vilivyotolewa sadaka kwa sanamu, na damu, na nyama zilizosongolewa, na uasherati. Mkijizuia na hayo, mtafanya vema." Alituruhusu kula chakula chenye manufaa kwa afya yetu na akatushauri tujiepushe na chakula chenye madhara kwetu. Ni kwa manufaa yetu wenyewe kama hatutakula chakula au kunywa kinywaji chochote ambacho hakimpendezi Mungu. Jinsi tutakavyofuata mapenzi ya Mungu na kuishi katika imani, miili yetu itakuwa na nguvu zaidi, magonjwa yatatuacha, na hakuna ugonjwa mwingine wowote utakaotuvamia.

Licha ya hayo, hatutakuwa wagonjwa tunapoishi katika haki na imani kwa sababu miaka elfu mbili iliyopita, Yesu Kristo alikuja hapa ulimwenguni na akachukua mizigo yetu yote mizito. Tunapoamini kwamba kwa kumwaga 'damu yake, Yesu alitukomboa kutoka kwa dhambi zetu na kwa kupigwa kwake na kuchukua udhaifu wetu (Mathayo 8:17) sisi tumepona, itafanywa kulingana na imani yetu (Isaya 53:5-6; Petro 2:24).

Kabla kukutana na Mungu, tulikuwa hatuna imani. Tuliishi kwa kufuata tamaa asili yetu ya dhambi na tukaugua magonjwa mbalimbali kama matokeo ya dhambi zetu. Tunapoishi katika imani na kufanya kila kitu katika haki, tutabarikiwa na afya ya kimwili.

Kama akili ilivyo na afya, mwili pia utakuwa na afya. Tunapokaa katika haki na kutenda kulingana na Neno la Mungu, mili yetu itajazwa Roho Mtakatifu. Magonjwa yatatuacha na mili yetu inapopokea afya ya mwili, hakuna ugonjwa utakaotuingia. Kwa kuwa miili yetu itakuwa na amani, itahisi wepesi, furaha, na afya, hatutahitaji kitu bali kutoa shukrani kwa Mungu kwa kutupatia afya.

Naomba utende katika haki na katika imani ili roho yako inapoendelea vizuri, utaponywa magonjwa yako yote na udhaifu wako wote, na upokee afya. Pia naomba upokee upendo mwingi wa Mungu unapotii Neno lake na kuishi kwa kulifuata hilo – ninaomba haya yote katika jina la Bwana wetu!

Sura ya 4

Kwa Kupigwa Kwake Tumepona

Isaya 53:4-5

Hakika ameyachukua masikitiko yetu, amejitwika huzuni zetu; lakini tulimdhania ya kuwa amepigwa. Bali alijeruhiwa kwa makosa yetu, Alichubuliwa kwa maovu yetu; adhabu ya amani yetu ilikuwa juu yake, na kwa kupigwa kwake sisi tumepona.

Yesu Kama Mwana wa Mungu Aliponya Magonjwa Yote

Watu wanapoongoza mikondo ya maisha yao wenyewe, hukutana na matatizo mbalimbali. Kama vile ambavyo bahari haiwezi kuwa tulivu siku zote, katika bahari ya maisha kuna matatizo mengi ambayo huanzia nyumbani, kazini, katika biashara, magonjwa, utajiri, na mambo kama hayo. Sitii chumvi nikisema kwamba kati ya haya matatizo katika maisha, tatizo kubwa sana ni magonjwa.

Bila kujali kiasi cha utajiri na ujuzi ambao mtu anaweza kuwa nao, anapopigwa na ugonjwa mbaya kila kitu alichokifanyia kazi katika maisha yake yote kitakuwa kama kiputo tu. Kwa upande mmoja, tunapata kwamba ustaarabu wa vitu unapoendelea zaidi na utajiri kuongezeka, tamanio la wanadamu la kuwa na afya pia linaongezeka. Kwa upande mwingine, haijalishi sayansi na matibabu yamekua namna gani, dalili mpya na adimu za magonjwa – yanayofanya ujuzi wa wanadamu ukose maana – yanaendelea kuvumbuliwa na idadi ya watu wanaougua magonjwa hayo inaendelea kuongezeka. Pengine hiyo ndiyo sababu ya kuwa na mkazo mkubwa zaidi juu ya afya leo.

Kuteseka, magonjwa, na kifo – yote yakisababishwa na dhambi – ni kifano cha upungufu wa mwanadamu. Kama alivyofanya katika nyakati za Agano la Kale, Mungu Mponyaji anatuonyesha leo njia ambayo kwa hiyo watu wanaomwamini wanaweza kuponywa magonjwa yao yote, kwa kumwamini Yesu Kristo. Hebu natuchunguze Biblia na tuone ni kwa nini tunapokea majibu ya matatizo ya magonjwa na kuishi maisha ya afya kwa kumwamini Yesu Kristo.

Yesu alipowauliza wanafunzi wake, "Nanyi mwaninena mimi kuwa ni nani?" Simoni Petro alijibu, "Wewe ndiwe Kristo, Mwana wa Mungu aliye hai" (Mathayo 16:15-16). Jibu hili linasikika kuwa rahisi tu, lakini pia linafunua waziwazi kwamba Yesu peke yake ndiye Kristo.

Wakati wake, Yesu alifuatwa na kundi kubwa kwa sababu aliwaponya watu waliokuwa wagonjwa mara moja. Walijumuisha watu waliopagawa na pepo, watu waliokuwa na kifafa, waliopooza, na wengine waliokuwa wanaugua magonjwa mbalimbali. Watu waliokuwa na ukoma, homa, viwete, vipofu na wengine wote waliponywa kwa kuguswa na Yesu, wakaanza kumfuata na kumtumikia. Ilikuwa ajabu iliyoje kuona mambo haya yakitendeka? Kwa kushuhudia miujiza na maajabu kama haya, watu walimwamini na kumkubali Yesu. Wakapokea majibu ya matatizo yao maishani, na wagonjwa wakapokea kazi ya uponyaji. Licha ya hayo, kama vile Yesu alivyoponya watu wakati wake, mtu yeyote aendaye mbele ya Yesu anaweza kupokea uponyaji leo.

Mtu ambaye hakuwa na tofauti kubwa na kiwete alihudhuria Ibada ya Kesha ya Ijumaa punde tu baada ya kuanzisha kanisa langu. Baada ya ajali ya gari, huyo mtu alikuwa amepokea matibabu hospitalini kwa muda mrefu. Hata hivyo, kwa sababu kano zake zilikuwa zimeongezwa, alikuwa hawezi kukunja goti lake na kwa kuwa misuli yake ya chini haikuweza kusonga, alikuwa hawezi kutembea. Alipokuwa akisikiliza Neno likihubiriwa, alitamani kumpokea Yesu Kristo na aponywe. Nilipomwombea kwa ari, akasimama mara moja akaanza kutembea na kukimbia. Kama tu kiwete aliyekuwa karibu na lango la hekalu lililoitwa Zuri alivyoruka na kusimama na kuanza kutembea kwa maombi ya Petro (Matendo 3:1-10), kazi ya miujiza ya Mungu ilidhihirika.

Hili linakuwa thibitisho kwamba kila anayemwamini Yesu Kristo na kupokea msamaha katika jina lake anaweza kuponywa magonjwa yake yote kabisa – hata kama hayakuponywa na sayansi ya matibabu – kwa kuwa mwili wake hufanywa upya na kurejeshwa upya. Mungu ambaye ni yeye jana leo na hata milele (Waebrania 13:8) hufanya kazi ndani ya watu wanaoamini Neno Lake na kutafuta kulingana na kipimo cha imani yao, na huponya magonjwa mbalimbali, hufungua macho ya vipofu, na huwasimamisha viwete.

Mtu yeyote aliyemkubali Yesu Kristo, amesamehewa dhambi zake zote, na amekuwa mtoto wa Mungu, lazima sasa aishi maisha ya uhuru.

Hebu sasa tuchunguze kwa utondoti kwa nini kila mmoja wetu anaweza kuishi maisha ya afya anapomwamini Yesu Kristo.

Yesu Alipigwa na Akamwaga Damu Yake

Kabila ya kusulubiwa, Yesu alipigwa na askari wa Kirumi na akamwaga damu yake katika mahakama ya Pontio Pilato. Askari wa Kirumi wakati wake walikuwa na afya thabiti, wenye nguvu nyingi sana, na walifunzwa vizuri. Iliwapasa kuwa hivyo kwa kuwa walikuwa askari wa ufalme uliokuwa unatawala ulimwengu wa wakati huo. Maumivu makali aliyovumilia Yesu wakati hawa askari wenye nguvu walipomvua nguo na kumpiga mijeledi hayawezi kuelezwa vya kutosha kwa maneno. Katika kila pigo, mjeledi ulijipinda mwilini mwa Yesu na kukwaruza mwili wake na damu ikamwagika kutoka mwilini mwake.

Kwa Yesu, Mwana wa Mungu, yeye asiyekuwa na dhambi, lawama, au kasoro, alilazimika kupigwa kwa ukali sana na kumwaga damu kwa ajili yetu sisi wenye dhambi. Ndani ya tukio hili ni maana ya kiroho ya kina kirefu sana na upaji wa kushangaza wa Mungu.

1 Petro 2;24 inatwambia kwamba kwa majeraha ya Yesu sisi tumepona. Katika Isaya 53:5 tunasoma kwamba kwa kupigwa kwake tumepona. Kama miaka elfu mbili iliyopita, Yesu Mwana wa Mungu alipigwa ili atukomboe sisi kutokana na uchungu wa magonjwa na damu aliyomwaga ilikuwa kwa ajili ya dhambi zetu za kutoishi kulingana na Neno la Mungu. Tunapomwamini Yesu aliyepigwa na akamwaga damu, tutakuwa tumewekwa huru tayari kutokana na magonjwa yetu na tumeponywa. Hiki ni kipawa cha upendo na hekima ya Mungu ya kushangaza.

Kwa hivyo, kama unaugua ugonjwa kama mtoto wa Mungu, tubu dhambi zako na uamini kwamba umeponywa tayari. Kwa maana "imani ni kuwa na hakika ya mambo yatarajiwayo, ni bayana ya mambo yasiyoonekana (Waebrania 11:1). Hata kama unahisi maumivu katika sehemu za mwili wako zilizoathiriwa, kwa imani unaweza kusema, "Nimepona tayari," kwa kweli hutachukua muda utapona.

Wakati nilipokuwa shule katika miaka ya madarasa, nilikuwa nimeumia ubavu mmoja na ulipoendelea kurudia kuuma mara kwa mara, nilikuwa siwezi kuvumilia hivi kwamba nikawa na shida ya kupumua. Mwaka mmoja au miwili baada ya kumkubali Yesu Kristo, uchungu ukarudi wakati nilipojaribu kuinua kitu kizito na nikashindwa hata kuenda hatua nyingine. Hata hivyo, kwa sababu nilikuwa nimeona na kuamini uwezo wa mwenyezi Mungu, niliomba kwa bidii, "Nikitembea tembea punde tu baada ya kuomba, ninaamini kwamba huo uchungu utakuwa umepotea na nitatembea." Kwa kuwa nilimwamini Mungu wangu mwenyezi peke yake na kufuta wazo la uchungu, niliweza kusimama na kutembea. Ilikuwa kama ambaye uchungu ule ulikuwa wa dhahania tu.

Kama Yesu alivyotwambia katika Marko 11:24, "Kwa sababu hiyo nawaambia, Yo yote myaombayo mkisali, aminini ya kwamba mnayapokea, nayo yatakuwa yenu." Tukiamini kwamba tumeponywa tayari, kwa kweli tutapokea uponyaji kulingana na imani yetu. Hata hivyo, tukifikiri kwamba bado hatujaponywa kwa sababu ya uchungu ulioko, ugonjwa hautapona. Kwa maneno mengine, ni wakati tu peke yake tutakapovunja mfumo wa mawazo yetu wenyewe, ndipo kila kitu kitakapofanyika kulingana na imani yetu.

Hiyo ndiyo sababu Mungu hutwambia kwamba nia ya dhambi ni uadui kwa Mungu (Warumi 8:7), na anatuhimiza tuangushe kila mawazo na yapate kumtii Mungu (2 Kor 10:5). Zaidi ya hayo, katika Mathayo 8:17 tunapata kwamba Yesu alichukua udhaifu wetu na akayachukua magonjwa yetu. Ukiwaza 'Mimi ni mnyonge,' utabaki kuwa mnyonge tu. Lakini, hata maisha yako yawe magumu na yaliyochoka namna gani, midomo yako ikikiri, "Kwa maana ndani yangu nina uwezo na neema ya Mungu, na kwa kuwa Roho Mtakatifu ananitawala, sijachoka," kuchoka kutafifia na utageuka kuwa mtu imara.

Hakika tukimwamini Yesu Kristo aliyechukua udhaifu wetu na kuchukua magonjwa yetu, ni lazima tukumbuke kwamba hakuna sababu ya sisi kuteseka kwa sababu ya magonjwa.

Yesu alipoona imani yao

Basi kwa kuwa sasa tumeponywa magonjwa yetu kwa kupigwa kwa Yesu, tunachohitaji ni imani ya kuamini haya. Leo, watu wengi ambao walikuwa hawajamwamini Yesu Kristo huja mbele yake na magonjwa yao. Watu wengine huponywa kidogo baada ya kumkubali Yesu Kristo, huku wengine wakiwa hawaonyeshi afueni yoyote hata baada ya maombi ya miezi kadhaa. Kundi la pili la watu linahitaji kujiangalia na kuchunguza imani yao.

Kwa kutumia masimulizi yaliyo katika Marko 2:1-12, natuvumbue jinsi yule mtu aliyepooza na marafiki zake wanne walivyoonyesha imani yao, wakalazimisha mkono wa uponyaji wa Bwana umweke huru kutokana na ugonjwa wake, na akamtukuza Mungu.

Yesu alipotembelea Kapernaumu, habari za kuja kwake zilienea haraka na kundi kubwa likakusanyika. Yesu akawahubiri Neno la Mungu – kweli – na kundi likasikiliza kwa makini, wasitake kukosa neno la Yesu hata moja. Wakati huo huo, wanaume wanne walimleta mtu aliyepooza juu ya mkeka lakini kwa sababu ya kundi kubwa la watu, hawakuweza kumleta huyo aliyepooza karibu na Yesu.

Hata hivyo, hawakufa moyo. Badala yake, walipanda juu ya paa la nyumba alimokuwa akikaa Yesu, watengeneza mwanya juu yake, wakachimba na kutoboa, na wakateremsha huo mkeka aliokuwa amelalia huyo mtu aliyepooza. Yesu alipoona imani yao, alimwambia huyo mtu aliyepooza, "Mwanangu umesamehewa dhambi zako...ondoka, ujitwike godoro lako uende nyumbani kwako," na huyo mwenye kupooza akapokea uponyaji aliokuwa ameutamani sana. Alipochukua mkeka wake na kutoka nje mbele ya watu wote, watu walishangaa na wakamtukuza Mungu.

Mwenye kupooza alikuwa ameugua ugonjwa mbaya sana

uliomfanya asiweze kuondoka kitandani mwake. Mwenye kupooza aliposikia habari za Yesu, aliyekuwa amefumbua macho ya vipofu, akasimamisha viwete, akaponya wenye ukoma, akatoa pepo, na kuwaponya watu wengine wengi waliokuwa na magonjwa mbalimbali, alitaka sana kukutana na Yesu. Kwa kuwa alikuwa na moyo mzuri, mwenye kupooza aliposikia habari hizo, alitamani kukutana na Yesu mara tu atakapojua mahali alipo.

Basi siku moja, yule mtu aliyepooza alisikia kwamba Yesu alikuwa amekuja Kapernaumu. Unaweza kufikiria alikuwa na furaha ya namna gani alipopata habari hizo? Ni lazima alitafuta marafiki ambao wangemsaidia, na marafiki zake, ambao kwa bahati walikuwa na imani yao wenyewe, wangekubali ombi la rafiki yao mara moja. Kwa kuwa marafiki za mwenye kupooza walikuwa wamesikia habari za Yesu tayari, rafiki yao alipowasihi sana wampeleke kwa Yesu, walikubali.

Kama marafiki wa mwenye kupooza wangepuuza ombi lake na kumdhihaki wakisema, "Unawezaje kuamini mambo hayo na wewe mwenyewe hujayaona?" Hawangekuwa wamejisumbua kupitia hayo yote ili wamsaidie rafiki yao. Lakini, kwa sababu hata wao walikuwa na imani, waliweza kumleta rafiki yao kwenye mkeka, kila mmoja wao akishikilia pembe moja ya mkeka, na hata wakajitahidi kutengeneza mwanya juu ya paa la nyumba.

Walipoona hilo kundi kubwa limekusanyika baada ya safari yao ngumu, na hawangeweza kupenya na kumkaribia Yesu, lazima walikuwa na wasiwasi na wakavunjika moyo sana. Ni lazima waliomba na hata kusihi watu wawape nafasi tu ndogo. Hata hivyo, kwa sababu ya idadi kubwa ya watu waliokuwa wamekusanyika, hawakupata nafasi yoyote na walikuwa wanavunjika moyo. Mwishowe, waliamua kupanda juu ya paa la nyumba alimokuwa akikaa Yesu, watengeneza mwanya juu yake, wakamteremsha huyo rafiki yao mbele ya Yesu akiwa amelala juu ya mkeka. Mwenye kupooza akakutana na Yesu karibu naye sana kuliko mtu mwingine yeyote aliyekuwa katika hilo kusanyiko. Kupitia kwa kisa hiki, tunaweza kujifunza jinsi mwenye kupooza na rafiki zake walivyotamani kwa ari kufika mbele ya Yesu.

Ni lazima tuzingatie sana ukweli kwamba mwenye kupooza na rafiki zake hawakuenda mbele ya Yesu kirahisi. Ukweli kwamba walisumbuka sana kukutana na yeye baada tu ya kusikia habari zake, inatwambia kwamba waliamini habari zake na ujumbe aliofundisha. Licha ya hayo, kwa kushinda matatizo yaliyokuwa dhahiri, kuvumilia, na kwa ujasiri kumwendea Yesu, mwenye kupooza na rafiki zake walionyesha jinsi walivyokuwa wanyenyekevu walipoenda mbele yake.

Watu walipomwona mwenye kupooza na rafiki zake wakipanda juu ya paa na kutengeneza mwanya juu yake, kundi la watu linaweza kuwa liliwadharau au kuwachukia. Pengine tukio ambalo hatuwezi hata kufikiri linaweza kuwa limetukia. Lakini, kwa hawa watu watano, hakuna kitu wala mtu yeyote angeweza kuzuia njia yao. Mara tu wangekutana na Yesu, mwenye kupooza angeponywa na wangekarabati au kulipia uharibifu wa paa kirahisi. Lakini kati ya watu wengi wanaougua magonjwa mabaya leo, ni vigumu kumpata mgonjwa mwenyewe au jamaa yake wakionyesha imani. Badala ya kumwendea Yesu kwa ujasiri, wana haraka ya kusema, "Mimi ni mgonjwa sana. Ningependa kwenda lakini siwezi." Au "Mtu fulani katika jamaa yangu ni mdhaifu sana hata hawezi kubebwa." Inavunja moyo sana kuona watu baridi kama hao ambao wanaonekana tu kungojea tufaha lianguke midomoni mwao kutoka juu ya mtufaha. Kwa maneno mengine, watu hawa hawana imani.

Watu wakitangaza imani yao kwa Mungu, ni lazima pia kuwe na ari ambayo kwa hiyo wanaweza kuonyesha imani yao. Kwa kuwa mtu hawezi kuiona kazi ya Mungu kwa imani inayopokewa na kuhifadhiwa kama ujuzi peke yake. Ni wakati anapoonyesha imani yake kwa vitendo peke yake, ndipo imani yake inapokuwa imani iliyo hai, na ndipo msingi wa imani ya kupokea imani ya kiroho inayotolewa na Mungu utakapojengwa. Kwa hivyo, kama vile mwenye kupooza alivyopokea kazi ya Mungu ya uponyaji juu ya msingi wake wa imani, sisi pia lazima tuwe wenye hekima na tumwonyeshe misingi yetu ya imani – imani yenyewe – ili sisi nasi pia, tuweze kuishi maisha ambamo tunapokea imani ya kiroho inayotolewa na Mungu na tuone miujiza yake.

Umesamehewa dhambi zako

Kwa yule mwenye kupooza aliyekuja mbele yake kwa msaada wa rafiki zake wanne, Yesu alisema, "Mwanangu, umesamehewa dhambi zako." na akatatua tatizo la dhambi. Kwa kuwa mtu hawezi kupokea majibu huku kuna ukuta wa dhambi kati yake mwenyewe na Mungu, kwanza, Yesu alitatua tatizo la dhambi kwa mwenye kupooza, ambaye alikuwa amekuja kwake na msingi wa imani.

Kama kweli tunatangaza imani yetu kwa Mungu, Biblia inatuambia tunapaswa kuja mbele zake na mitazamo ya aina gani, na jinsi tunavyopaswa kufanya? Kwa kutii amri kama, "Fanya," "Usifanye," "Shika," "Acha," na amri kama hizo, mtu mwovu anageuka na kuwa mtu mwenye haki, na mwongo atageuka na kuwa mtu mkweli na mwaminifu. Tunapotii Neno la kweli, dhambi zetu zitasafishwa na damu ya Bwana, na tunapopokea msamaha, ulinzi wa Mungu na majibu yake yatakuja kutoka juu.

Kwa kuwa magonjwa yake husababishwa na dhambi, mara tu tatizo la dhambi linapotatuliwa, hali ambamo kazi ya Mungu inaweza kudhihirishwa itaimarishwa. Kama tu glopu ya taa inapowashwa na mashini inafanya kazi wakati umeme unaingia katika anodi na kutoka kupitia kwa kathodi, wakati Mungu anapoona msingi wa imani ya mtu, atatangaza msamaha na kumpa imani kutoka juu, hivyo basi kuleta muujiza.

Katika Marko 2:11, Yesu alisema, "Nakuambia, ondoka ujitwike godoro lako uende nyumbani kwako.' Tamko hili linatia moyo sana. Alipoona imani ya mwenye kupooza na ya rafiki zake wanne, Yesu alitatua tatizo la dhambi na mwenye kupooza alitembea papo hapo. Amekuwa mzima tena baada ya muda mrefu wa kutamani. Vivyo hivyo, kama tunataka kupokea majibu si ya magonjwa peke yake bali kwa tatizo lolote lingine tulilo nalo, ni lazima tukumbuke kwamba, ni lazima tupokee msamaha kwanza na tufanye mioyo yetu iwe safi.

Watu walipokuwa na imani haba, ni lazima walitafuta suluhisho la magonjwa yao kwa kutegemea dawa na madaktari, lakini sasa kwa kuwa imani yao imekua na wanampenda Mungu na kuishi kwa kufuata Neno Lake, magonjwa hayawavamii. Hata kama wamekuwa wagonjwa, walipojiangalia, walitubu kutoka vilindi vya mioyo yao, na kuacha njia zao za dhambi, walipokea uponyaji mara moja. Ninajua wengi wenu wamepitia matukio kama hayo.

Hivi karibuni, mzee katika kanisa langu alitambuliwa kuwa na uti wa mgongo uliopasuka na ghafula, alikuwa hawezi kutembea. Akajiangalia maisha yake mara moja, akatubu, na akapokea maombi yangu. Kazi ya uponyaji ya Mungu ikafanyika papo hapo na akawa mzima tena.

Binti yake alipokuwa anaugua homa kali sana, mamake alitambua kwamba hasira zake kali zilikuwa chanzo cha ugonjwa wa mtoto wake na alipotubu mtoto akawa mzima tena.

Ili tuweze kuokoa wanadamu ambao kwa sababu ya kutotii kwa Adamu, walikuwa katika njia ya maangamizi, Mungu alimtuma Yesu Kristo hapa ulimwenguni, na akamruhusu alaaniwe na kusulubiwa juu ya msalaba wa mbao kwa niaba yetu. Hilo ni kwa sababu Biblia inasema, "Pasipo kumwaga damu hakuna ondoleo," (Waebrania 9:22) na "Maana imeandikwa, Amelaaniwa kila mtu aangikwaye juu ya mti" (Wagalatia 3:13).

Sasa kwa kuwa tunajua tatizo la dhambi husababishwa na dhambi, ni lazima tutubu dhambi zetu zote na kwa ari tumwamini Yesu Kristo aliyetukomboa kutokana na magonjwa yetu yote, na kwa imani hiyo tunapaswa kuishi maisha ya afya. Kina kaka na kina dada wengi leo wanapokea uponyaji, wakishuhudia uwezo wa Mungu, na kumshuhudia Mungu aliye hai. Hili linaonyesha kwamba kila amkubaliye Yesu Kristo na kuomba kwa jina lake, matatizo yote ya magonjwa yanaweza kujibiwa. Hata ugonjwa wa mtu uwe mbaya namna gani, anapomwamini Yesu Kristo moyoni mwake, ambaye alipigwa na kumwaga damu yake, kazi ya Mungu ya uponyaji ya kushangaza itadhihirishwa.

Imani Inakamilishwa na Matendo

Kama mwenye kupooza alivyopokea uponyaji kwa msaada wa rafiki zake wanne baada ya kumwonyesha Yesu imani yao, sisi nasi tukitaka kupokea matamanio ya mioyo yetu, ni lazima pia tumwonyeshe Mungu imani yetu inayoambatana na matendo, hivyo basi kuimarisha msingi wa imani. Ili tuweze kuwasaidia wasomaji waelewe "imani" vizuri zaidi, nitatoa maelezo mafupi.

Katika maisha ya mtu aliye ndani ya Kristo, "imani inaweza

kugawanywa na kuelezwa katika makundi mawili. "Imani ya kimwili" au "imani ya ujuzi" ni aina ya imani ambayo kwa hiyo mtu anaweza kuamini kwa sababu ya ushahidi wa kimwili na Neno likubaliane na ujuzi na fikira zake. Kinyume na hiyo, "imani ya kiroho" ni aina ya imani ambayo kwa hiyo mtu anaweza kuamini hata kama hawezi kuona na Neno halikubaliani na ujuzi na fikira zake.

Kwa "imani ya kimwili," mtu huamini kwamba kitu kinachoweza kuonekana kimeumbwa tu kutokana na kitu kingine ambacho pia kinaonekana. "Imani ya kiroho" ambayo mtu hawezi kuwa nayo kama atajumuisha fikira zake na ujuzi wake mwenyewe. Mtu huamini kwamba kitu kinachoonekana kinaweza kuumbwa kutokana na kitu kingine ambacho hakionekani. Imani hii ya kiroho inahitaji mtu aharibu ujuzi wake na fikira zake.

Tangu kuzaliwa, kiasi cha ujuzi kisichoweza kuhesabika husajiliwa katika akili ya kila mtu. Vitu anavyoona na anavyosikia vinasajiliwa. Vitu anavyojifunza nyumbani na shuleni vinasajiliwa. Vitu anavyojifunza katika mazingira na hali mbalimbali vinasajiliwa. Lakini, si kila ujuzi unaosajiliwa ni wa kweli. Kama ujuzi wowote uko kinyume na Neno la Mungu, kiasilia mtu lazima auache. Kwa mfano, kule shule anajifunza kwamba kila kitu chenye uhai kimejikata au kujigeuza kutoka kwenye monadi (kitu cha seli moja) hadi kwa kitu chenye seli nyingi. Lakini katika Biblia anajifunza kwamba vitu vyote vyenye uhai viliumbwa kulingana na Mungu kulingana na aina zao. Mtu huyo anapaswa kufanya nini? Makosa ya nadharia hiyo ya mageuzi tayari yameonyeshwa wazi mara nyingi hata na sayansi. Inawezekanaje, hata na urazini wa mwanadamu, kwa sokwe awe amegeuka na kuwa mwanadamu na chura awe amegeuka kuwa ndege wa aina fulani katika kipindi cha mamia ya mamilioni ya miaka? Hata mantiki inapendelea uumbaji.

Vivyo hivyo, "imani ya kimwili" inapogeuzwa na kuwa "imani ya kiroho," tashwishi zako zinapotupwa mbali nawe utasimama juu ya mwamba wa imani. Zaidi ya hilo, ukitangaza imani yako katika Mungu, ni lazima sasa uweke Neno ulilohifadhi kama ujuzi katika matendo. Ukitangaza kwamba unamwamini Mungu, ni lazima ujionyeshe kama nuru kwa kuweka Siku ya Bwana kuwa takatifu, kuwapenda majirani, na kulitii Neno la kweli.

Kama mwenye kupooza katika Marko 2 angekaa nyumbani, hangekuwa ameponywa. Lakini, kwa kuwa aliamini kwamba akija kwa Yesu tu ataponywa, na akaonyesha imani yake kwa kutumia kila njia iliyokuwako, mwenye kupooza aliweza kupokea uponyaji, Hata kama mtu anatamani kujenga nyumba, na aombe tu peke yake, "Bwana ninaamini kwamba nyumba hii itajengwa," maombi mia moja au elfu moja hayataifanya nyumba ijengeke yenyewe. Anapaswa kufanya sehemu yake ya hiyo kazi kwa kutayarisha msingi, kuchimba ardhi, kujenga nguzo, na mengine yote. Kwa ufupi "matendo" yanatakiwa kuwako.

Kama wewe au mtu mwingine yeyote katika jamaa yako ni mgonjwa, amini kwamba Mungu atampa msamaha na adhihirishe kazi ya uponyaji anapoona kila mtu katika jamaa yako ameungana na wenzake katika upendo, muungano ambao atauona kama msingi wa imani. Wengine wanasema kwamba kwa sababu kuna wakati wa kila kitu, pia kutakuwa na wakati wa uponyaji. Hata hivyo, kumbuka kwamba "wakati" ni mwanadamu anapoimarisha msingi wake wa imani mbele za Mungu.

Naomba upokee majibu ya ugonjwa wako, na pia majibu ya mambo mengine yote unayoomba, na umtukuze Mungu, katika jina la Bwana wetu ninaomba.

Sura ya 5

Uwezo wa Kuponya Magonjwa

Mathayo 10:1

Akawaita wanafunzi wake kumi na wawili, akawapa amri juu ya pepo wachafu, wawatoe, na kupoza magonjwa yote na udhaifu wa kila aina

Uwezo wa Kuponya Magonjwa

Kuna njia nyingi za kumthibitisha Mungu kwa wasioamini, na kuponya magonjwa ni njia moja wapo. Watu wanapougua magonjwa yasiyokuwa na tiba na magonjwa ya kufisha, ambayo matumizi ya matibabu ya sayansi dhidi ya magonjwa haya hakufai kitu, wanapopokea uponyaji, hawawezi tena kukataa uwezo wa Mungu Muumba bali huamini uwezo huo na kumtukuza Mungu.

Hata ingawa wana mali, mamlaka, umaarufu, na ujuzi, watu wengi leo hawawezi kutatua tatizo la magonjwa na wanaachwa katika fadhaa yake. Hata ingawa idadi kubwa ya magonjwa hayawezi kupona hata pamoja na aina ya juu zaidi ya sayansi ya matibabu iliyoendelezwa, watu wanapomwamini mwenyezi Mungu, na kumtegemea, na kumwekea yeye hilo tatizo la magonjwa, magonjwa yote yasiyokuwa na tiba na yale ya kufisha yanaweza kutibiwa. Mungu wetu ni Mungu awezaye yote, kwake yeye hakuna lisilowezekana, na anaweza kuumba kitu bila kutumia kitu chochote, kufanya fimbo iliyokauka itoe majani (Hesabu 17:8), na kufufua wafu (Yohana 11:17-44).

Uwezo wa Mungu wetu kwa kweli unaweza kuponya ugonjwa au maradhi yoyote. Katika Mathayo 4:23 tunapata, "Yesu alikuwa akizunguka katika Galilaya yote, akifundisha katika masinagogi yao, na kuihubiri Habari Njema ya ufalme, na kuponya ugonjwa na udhaifu wa kila namna katika watu," na katika Mathayo 8:17, tunasoma kwamba, "ili litimie lile neno lililonenwa na nabii Isaya: 'Mwenyewe aliutwaa udhaifu wetu, Na kuyachukua magonjwa yetu.'" Katika mafungu haya, 'ugonjwa," "maradhi" na "udhaifu" yanasomwa.

Hapa, "udhaifu" haumaanishi ugonjwa mdogo kama mafua au ugonjwa wa kuchoka. Ni hali isiyokuwa ya kawaida ambamo kazi ya mwili wa mtu, sehemu za mwili au viungo vimepooza au kulemazwa kwa sababu ya ajali au makosa ya wazazi wake au yake mwenyewe. Kwa mfano, mabubu, viziwi, vipofu, viwete, wanaougua kupooza kwa watoto (inayojulikana kama polio), na mengine – yale ambayo hayawezi kuponywa kwa ujuzi wa mwanadamu – yanaweza kuwekwa katika kundi moja kama "Udhaifu." Zaidi ya hali zinazosababishwa na ajali au makosa ya wazazi au yeye mwenyewe, kama katika kisa cha mtu aliyezaliwa kipofu katika Yohana 9:1-3, kuna watu wanaougua kutokana na udhaifu ili utukufu wa Mungu ukapate kudhihirishwa. Lakini, visa kama hivyo ni adimu kwa kuwa visa vingi vinasababishwa na kutoelewa na makosa ya mwanadamu.

Watu wanapotubu na kumkubali Yesu Kristo wanapotaka kumwamini Mungu, yeye huwapatia Roho Mtakatifu kama kipawa/zawadi. Pamoja na Roho Mtakatifu wao pia hupokea haki ya kuwa wana wa Mungu. Roho Mtakatifu anapokuwa pamoja nao, magonjwa yao mengi huponywa, isipokuwa magonjwa makali na mabaya sana. Ule ukweli kwamba wao wamempokea Roho Mtakatifu pekee huruhusu moto wa Roho Mtakatifu kushuka juu yao na kunyausha vidonda vyao. Zaidi ya hayo, hata kama mtu anaugua ugonjwa mbaya, anapoomba kwa bidii na kwa imani, na kuvunja ukuta wa dhambi kati yake na Mungu, akiacha njia za dhambi, na kutubu, atapokea uponyaji kulingana na imani yake.

"Moto wa Roho Mtakatifu" ni ubatizo wa moto unaofanyika baada ya mtu kumpokea Roho Mtakatifu, na machoni pa Mungu ni nguvu zake. Macho ya kiroho ya Yohana Mbatizaji yalipofunguliwa na akaona, alieleza moto wa Roho Mtakatifu kama "ubatizo wa moto." Katika Mathayo 3:11, Yohana Mbatizaji alisema, "Kweli mimi nawabatiza kwa maji kwa ajili ya toba; bali yeye ajaye nyuma yangu ana nguvu kuliko mimi, wala sistahili hata kuvichukua viatu vyake; yeye atawabatiza kwa Roho Mtakatifu na kwa moto." Ubatizo wa moto hauji wakati wowote bali wakati mtu anapojazwa na Roho Mtakatifu. Kwa kuwa moto wa Roho Mtakatifu hushuka siku zote juu ya mtu aliyejazwa Roho Mtakatifu, dhambi zake zote na magonjwa yake yote yatachomwa na ataishi maisha ya afya.

Ubatizo wa moto unapochoma laana ya ugonjwa, magonjwa mengi huponywa. Hata hivyo, udhaifu hauwezi kuchomwa hata na ubatizo wa moto. Basi udhaifu unaponywa namna gani?

Udhaifu wote unaweza kuponywa kwa uwezo unaotolewa na Mungu peke yake. Hiyo ndiyo sababu katika Yohana 9:32-33 tunapata, "Tokea hapo haijasikiwa ya kuwa mtu ameyafumbua macho ya kipofu, ambaye alizaliwa hali hiyo. Kama huyo asingalitoka kwa Mungu, asingeweza kutenda neno lo lote"

Katika Matendo 3:1-10 kuna mandhari ambamo Petro na Yohana, ambao wote walikuwa wamepokea uwezo wa Mungu, wanamsaidia mwanamume aliyekuwa kiwete tangu kuzaliwa kwake kusimama. Mwanamume huyu alikuwa akiomba kando ya mlango wa hekalu ulioitwa "Mzuri." Katika kifungu cha 6 Petro alimwambia, "Mimi sina fedha, wala dhahabu, lakini nilicho nacho ndicho nikupacho. Kwa jina la Yesu Kristo wa Nazareti, simama uende." Akamshika mkono wa kuume, akamwinua, mara nyayo zake na vifundo vya miguu yake vikatiwa nguvu na akaanza kumsifu Mungu. Watu walipomwona yule mtu aliyekuwa kiwete awali akitembea na kumsifu Mungu, wakajawa na mshangao na kustaajabu.

Kama mtu anataka kupokea uponyaji, ni lazima awe anamwamini Yesu Kristo. Hata ingawa huyo kiwete alikuwa mwombaji tu, kwa sababu alimwamini Yesu Kristo aliweza kupokea uponyaji wakati wale waliokuwa wamepokea uwezo wa Mungu walipomwombea. Hiyo ndiyo sababu Maandiko yanatwambia, "Na kwa imani katika jina lake, jina lake limemtia nguvu mtu huyu mnayemwona na kumjua; na imani ile iliyo kwake yeye imempatia huyu uzima huu mkamilifu mbele yenu ninyi nyote" (Matendo 3:16).

Katika Mathayo 10:1, tunaona kwamba Yesu aliwapa wanafunzi wake uwezo dhidi ya pepo wachafu, wawatoe, na kupoza magonjwa yote na udhaifu wa kila aina. Katika nyakati za Agano la Kale, Mungu alitoa uwezo wa kuponya udhaifu kwa manabii wake wapendwa pamoja na Musa, Eliya, na Elisha. Nyakati za Agano Jipya, uwezo wa Mungu ulikuwa na mitume kama Petro na Paulo, na wafanyakazi waaminifu Stefano na Filipo.

Mtu anapopokea uwezo wa Mungu hakuna lisilowezekana kwa sababu anaweza kumsaidia kiwete, kuwaponya wenye kupooza kwa watoto na kuwawezesha kutembea, kuwafanya vipofu waone, kuzibua masikio ya viziwi, na kufungua ndimi za mabubu.

Njia Mbalimbali za Kuponya Udhaifu

1. Nguvu za Mungu Zilimponya Mwanamume Kiziwi na Bubu

Katika Mathayo 7:31-37 kuna mandhari ambamo uwezo wa Mungu unamponya mwanamume kiziwi na bubu. Watu walipomleta huyo mwanamume kwa Yesu na kumwomba amwekee mkono, Yesu alimchukua huyo mtu kando na akatia vidole vyake masikioni mwa huyo mtu. Kisha akatema mate na kuugusa ulimi wa huyo mwanamume. Akatazama juu mbinguni, akaugua, akamwambia,'" Efatha!' maana yake, 'Funguka'" (kif. 34). Mara moja, masikio ya huyo mtu yakafunguka, na kifungo cha ulimi wake kikalegea na akasema vizuri.

Je, Mungu ambaye aliumba kila kitu ulimwenguni kwa Neno Lake hangeweza kumponya huyo mtu kwa Neno Lake pia? Kwa nini Yesu alitia vidole vyake masikioni mwa yule mtu? Kwa kuwa kiziwi hawezi kusikia sauti na huwasiliana na watu kwa kutumia ishara, huyu mtu hangeweza kuwa na imani jinsi walivyo wengine hata kama Yesu angekuwa amesema kwa sauti. Kwa kuwa Yesu alijua kwamba huyo mtu alikuwa hana imani, alitia vidole vyake masikioni mwa yule mtu ili kupitia kwa mguso wa hivyo vidole, huyo mtu aweze kuwa na imani ambayo kwa hiyo angeponywa. Kipengee cha muhimu zaidi ni imani ambayo kwa hiyo mtu anaweza kuamini kwamba anaweza kuponywa. Yesu angekuwa amemponya huyo mtu kwa Neno lake tu, lakini kwa sababu huyo mtu alikuwa hawezi kusikia, Yesu alipanda imani na akamruhusu huyo mtu apokee uponyaji kwa kutumia njia kama hiyo.

Kwa nini basi Yesu akatema mate na kuugusa ulimi wa huyo mwanamume? Ukweli kwamba Yesu alitema mate unatwambia kwamba pepo alikuwa amesababisha huyo mtu kuwa bubu. Mtu akikutemea mate usoni bila sababu maalumu, utakubali namna gani? Ni kitendo cha kutiwa unajisi na tabia mbaya ambayo hudharau hulka ya mtu. Kwa kuwa kutema mate kwa jumla huashiria kuvunjia mtu heshima na kumdhalilisha, Yesu pia alitema mate ili amtoe huyo pepo.

Katika Mwanzo, tunapata kwamba Mungu alimlaani nyoka ale mavumbi katika maisha yake yote. Hili kwa maneno mengine, linarejelea laana ya Mungu juu ya adui ibilisi na Shetani, waliokuwa wamemchochea nyoka, amle mwanadamu aliyekuwa ameumbwa kutoka kwenye udongo. Kwa hivyo, tangu wakati wa Adamu adui ibilisi amekuwa aking'ang'ana kumla mwanadamu na kutafuta kila nafasi ya kumsumbua na kummeza. Kama tu nzi, mbu, na mabuu wanavyoishi mahali pachafu, adui ibilisi huishi ndani ya watu ambao mioyo yao imejaa dhambi, uovu, na hasira kali na kuteka akili zao. Ni lazima tutambue kwamba wale peke yao wanaoishi na kutenda kwa kufuata Neno la Mungu ndio wanaoweza kuponywa magonjwa yao.

2. Uwezo wa Mungu Ulimponya Mwanamume Kipofu

Katika Marko 8:22-25, tunapata maneno yafuatayo:

Wakafika Bethsaida. Wakamletea Yesu kipofu,

wakamsihi amguse. Akamshika mkono yule kipofu, akamchukua nje ya kijiji, akamtemea mate ya macho, akamwekea mikono yake, akamwuliza, 'Waona kitu?' Akatazama juu, akasema, 'Naona watu kama miti, inakwenda.' Ndipo akaweka tena mikono yake juu ya macho yake, naye akatazama sana; akawa mzima, akaona vyote waziwazi.

Yesu alipomwombea huyu kipofu, alimtemea mate machoni. Kwa nini basi, huyu kipofu hakuona ile mara ya kwanza ambayo Yesu alimwombea, lakini baada ya Yesu kuomba mara ya pili. Kwa uwezo wake, Yesu angekuwa amemponya huyu mtu kabisa. lakini kwa sababu imani ya huyo mtu ilikuwa kidogo, Yesu aliomba mara ya pili na akamsaidia kuwa na imani. Kupitia kwa hili, Yesu anatufundisha kwamba wakati watu fulani wanaposhindwa kupokea uponyaji mara ya kwanza hupokea maombi. Tunapaswa kuwaombea watu kama hao, mara mbili, tatu, hata mara nne mpaka mbegu ya imani iweze kupandwa, ambayo kwa hiyo huamini uponyaji wao.

Yesu ambaye kwake kila kitu kilikuwa kinawezekana akaomba. Na alipojua kwamba huyo kipofu hangeweza kuponywa kwa imani yake, akaomba tena. Tunapaswa kufanya nini? Kwa kusihi na kuomba zaidi, tunapaswa kuvumilia mpaka tupokee uponyaji.

Katika Yohana 9:6-9 kuna mwanamume aliyezaliwa kipofu ambaye alipokea uponyaji baada ya Yesu kutema mate mchangani, akatengeneza udongo kwa mate yake, kisha akapaka machoni mwake. Kwa nini Yesu alimponya kwa kutema mate mchangani, na kutengeneza udongo na mate yake, na akampaka machoni mwake? Hapa, mate si chochote najisi. Yesu alitema mate mchangani ili atengeneze udongo ampake huyo kipofu machoni mwake. Pia Yesu alitengeneza udongo kwa mate yake kwa sababu maji yalikuwa adimu. Kama jipu au uvimbe unakua au mtoto akiumwa na mdudu, wazazi mara nyingi hupaka mate yao wenyewe kwa njia ya upendo. Tunapaswa kufahamu upendo wa Bwana wetu aliyetumia njia mbalimbali kuwasaidia wanyonge wawe na imani.

Yesu alipokuwa anampaka udongo machoni mwake, huyo kipofu alihisi huo udongo machoni mwake na akapata kuwa na imani ambayo kwa hiyo angeweza kuponywa. Baada ya Yesu kumpa imani huyo kipofu ambaye imani yake mwenyewe ilikuwa haba, kwa uwezo wake alimfumbua macho yake.

Yesu anatwambia kwamba, "Msipoona ishara na maajabu hamtaamini kabisa" (Yohana 4:48). Leo haiwezekani kuwasaidia watu wawe na aina hiyo ya imani ya kuwafanya waamini Neno peke yake katika Biblia, bila kushuhudia miujiza na maajabu ya uponyaji. Katika wakati ambamo sayansi na ujuzi wa mwanadamu umeendelea sana, ni vigumu sana kuwa na imani ya kiroho ya kumwamini Mungu asiyeonekana. Mara nyingi tumesikia, "Kuona ni kuamini." Vivyo hivyo, kwa sababu imani ya watu itakua na kazi ya uponyaji itafanyika kwa wingi zaidi wakati watakapoona ushahidi wa kuonekana wa Mungu aliye hai, "ishara za miujiza na maajabu" ni vya lazima kabisa.

3. Uwezo wa Mungu Ulimponya Kiwete

Kama tu Yesu alivyohubiri Habari Njema na akaponya watu waliougua kila aina za udhaifu na kila aina za magonjwa, wanafunzi wake pia walidhihirisha uwezo wa Mungu.

Katika Matendo 3:6-10 kuna kisa ambapo Petro alimwamuru kiwete mwombaji, "Kwa jina la Yesu Kristo wa Nazareti, simama uende" (kif. 6) na akamshika mkono wa kuume, akamwinua, mara nyayo zake na vifundo vya miguu yake vikatiwa nguvu na akaanza kutembea. Watu walipoona hiyo ishara ya miujiza na maajabu aliyodhihirisha Petro baada ya kupokea uwezo wa Mungu, watu wengi walimwamini Bwana. Watu walileta hata wagonjwa katika barabara na kuwalaza vitandani na mikekani ili angalau baadhi yao waangukiwe na kivuli cha Petro alipokuwa akipita. Makundi ya watu walikusanyika pia kutoka kwenye miji karibu na Yerusalemu, wakaleta wagonjwa wao na wale waliokuwa wamesumbuliwa na pepo, na wote wakaponywa (Matendo 5:14-16).

Katika Matendo 8:5-8 tunapata, "Filipo akatelemka akaingia

mji wa Samaria, akawahubiri Kristo. Na makutano kwa nia moja wakasikiliza maneno yale yaliyosemwa na Filipo walipoyasikia na kuziona ishara alizokuwa akizifanya. Kwa maana pepo wachafu wakawatoka wengi waliopagawa nao, wakilia kwa sauti kuu; na watu wengi waliopooza, na viwete, wakaponywa. Ikawa furaha kubwa katika mji ule."

Katika Matendo 14:8-12 tunasoma kuhusu mwanamume kiwete miguuni mwake, aliyekuwa amelemaa tangu kuzaliwa kwake na alikuwa hajawahi kutembea. Baada ya kusikiliza ujumbe wa Paulo na kupata imani ambayo kwa hiyo angepokea wokovu, Paulo alipomwamuru, "Simama kwa miguu yako sawasawa.!" (kif. 10) Huyo mtu alisimama upesi na akaenda. Watu walipoona haya, walisema, "Miungu wametushukia kwa mifano ya wanadamu." (Matendo 14:11).

Katika Matendo 19:11-12 tunaona kwamba, "Mungu alifanya miujiza isiyokuwa ya kawaida kwa mikono ya Paulo, hivi kwamba vitambaa au aproni vilichukuliwa kutoka mwilini mwake na kupelekewa wagonjwa, na magonjwa yakapona na pepo wachafu wakawatoka." Uwezo wa Mungu unashangaza na kustaajabisha sana!

Kupitia kwa watu ambao mioyo yao imepata utakaso na upendo kamili uwezo wa Mungu unadhihirishwa hata leo kama alivyoudhihirisha Petro, Paulo, na Mashemasi Filipo na Stefano.

Watu wanapokuja mbele za Mungu na imani wakitamani udhaifu wao uponywe, wanaweza kuponywa kwa kupokea maombi kutoka kwa watumishi wa Mungu ambao Mungu anafanya kazi kupitia kwao.

Tangu Manmin ianzwishwe, Mungu aishiye ameniruhusu kudhihirisha ishara za miujiza na maajabu mbalimbali, nipande mbegu ya imani ndani ya mioyo ya washirika, na kuleta uvuvio mkubwa.

Wakati mmoja kulikuwa na mwanamke aliyekuwa mwathiriwa wa mume wake, aliyekuwa akitumia pombe vibaya. Neva za macho yake zilipopooza na madaktari walikuwa wamepoteza matumaini baada ya kupigwa na mumewe sana, yule mwanamke akaja Manmin baada ya kusikia habari zake. Alipokuwa akishiriki kwa bidii katika ibada na kuomba kwa ari kwa ajili ya uponyaji, alipokea maombi yangu na akaweza kuona tena. Uwezo wa Mungu ulikarabati kabisa neva za macho ambazo wakati mmoja zilionekana kwamba zimepotea kabisa.

Katika tukio lingine, kulikuwa na mwanamume aliyekuwa amepata majeraha mabaya ambayo mgongo wake ulikuwa umevunjika katika sehemu nane. Sehemu ya chini ya mwili wake ilikuwa imepooza, alikuwa karibu kukatwa miguu yake yote miwili. Baada ya kumkubali Yesu Kristo, aliweza kuepuka kukatwa miguu, lakini akawa bado anatumia mikongojo. Basi akaanza kuhudhuria mikutano ya Senta ya Maombi ya Manmin, na punde baadaye wakati wa Ibada ya Kesha ya Ijumaa, baada ya kupata maombi yangu, huyo mwanamume akatupa mikongojo yake, akatembea kwa miguu yake miwili, na tangu hapo amekuwa mjumbe wa injili.

Uwezo wa Mungu unaweza kuponya kabisa udhaifu ambao sayansi ya matibabu imeshindwa kuponya. Katika Yohana 16:23, Yesu anatuahidi, "Tena siku ile hamtaniuliza neno lo lote. Amin, amin, nawaambia, Mkimwomba Baba neno lo lote atawapa kwa jina langu." Naomba kwamba uamini uwezo wa Mungu wa kushangaza, uutafute kwa bidii, upokee majibu ya matatizo yako yote ya magonjwa, na uwe mjumbe anayebeba Habari Njema za mwenyezi Mungu aishiye, katika jina la Bwana wetu ninaomba!

Sura ya 6

Njia za kuponya waliopagawa na pepo

Marko 9:28-29

Hata [Yesu] alipoingia nyumbani, wanafunzi wake wakamwuliza kwa faragha, "Mbona sisi hatukuweza kumtoa?" Akawaambia, Namna hii haiwezi kutoka kwa neno lo lote, isipokuwa kwa kuomba"

Katika Siku za Mwisho Upendo Hupoa

Maendeleo ya ustaarabu wa kisasa wa kisayansi na maendeleo ya tasnia yameleta ufanisi wa vitu na kuruhusu watu watafute zaidi starehe na manufaa. Wakati huohuo, mambo haya mawili yameleta utengano, ubinafsi mwingi, usaliti, na kutojiamini kati ya watu, upendo unapoendelea kupungua, ufahamu na msamaha vimekuwa adimu. Kama Mathayo 24:12 ilivyotabiri, "Na kwa sababu ya kuongezeka maasi, upendo wa wengi utapoa," wakati ambapo maasi yataongezeka na upendo kupoa, moja wapo ya matatizo mabaya zaidi katika jamii yetu leo ni ongezeko la idadi ya watu wanaougua magonjwa ya kiakili kama kukwama kwa neva na kuchanganyikiwa na akili.

Taasisi za Kiakili hutenga wagonjwa wengi ambao hawawezi kuishi maisha ya kawaida lakini bado hawajapata tiba mwafaka. Kama hakuna afueni baada ya kutibiwa kwa miaka, jamaa huchoka na katika visa vingi huwapuuza au kuwaacha wagonjwa kama mayatima. Wagonjwa hawa, wanaoishi mbali na bila jamaa zao, hawawezi kufanaya mambo kama watu wa kawaida wanavyofanya. Ijapokuwa wanahitaji upendo wa kweli kutoka kwa wapendwa wao, si watu wengi wanaoonyesha upendo wao kwa watu kama hao.

Katika Biblia tunapata matukio mengi ambamo Yesu

aliponya watu waliopagawa na pepo. Kwa nini wametajwa Maandiko? Mwisho wa nyakati unapokaribia, upendo hupoa na Shetani hutesa watu, huwafanya waugue magonjwa ya kiakili, na kuwachukua kama watoto wa ibilisi. Shetani huwatesa, hufanya wawe wagonjwa, huwafanya wachanganyikiwe, na huchafua akili za watu kwa dhambi na uovu. Kwa kuwa jamii imelowa dhambi na uovu, watu wana haraka ya kuhusudu, kugombana, kuchukia, na kuuana. Siku za mwisho zinapokaribia, Wakristo lazima waweze kutofautisha kati ya kweli na mambo yasiyokuwa kweli, walinde imani yao, na kuishi maisha ya afya kimwili na kiakili.

Natuchunguze sababu ya uchochezi na mateso ya Shetani, na pia idadi inayoongezeka ya watu wanaopagawa na Shetani na pepo na kuugua magonjwa ya kiakili katika jamii yetu ya leo, ambamo ustaarabu wa kisayansi umeendelea sana.

Utaratibu wa Kupagawa na Shetani

Kila mtu ana dhamiri na watu wengi huwa na tabia na huishi kulingana na dhamiri zao. Lakini kigezo cha kibinafsi, dhamiri ya kila mtu na matokeo yanayofuata, huwa tofauti kati ya mtu na mtu. Hii ni kwa sababu kila mtu amezaliwa na kulelewa katika mazingira na hali tofauti. Ameona, kusikia, kujifunza mambo tofauti kutoka kwa wazazi, kutoka nyumbani, na shule, na amenakili taarifa tofauti.

Kwa upande mmoja, Neno la Mungu, ambalo ndilo kweli, linatwambia, "Usishindwe na ubaya, bali uushinde ubaya kwa wema" (Warumi 12:21), na linatuhimiza, "Msishindane na mtu mwovu; lakini mtu akupigaye shavu la kuume, mgeuzie na la pili" (Mathayo 5:39). Kwa kuwa Neno linafundisha upendo na msamaha, kigezo cha hukumu "Kushindwa ni kushinda" hukua ndani ya wale wanaokiamini. Kwa upande mwingine, kama mtu amejifunza kwamba akipigwa anapaswa alipize, atafikia hukumu inayosema kwamba kujitetea ni kitendo cha ujasiri lakini kujiepusha bila kujitetea ni kitendo cha uoga. Mambo matatu – kila kigezo cha uamuzi cha mtu, awe ameishi maisha ya haki au ya uovu, na ni kiasi gani ameridhiana na ulimwengu – kitaunda dhamiri tofauti ndani ya watu tofauti.

Kwa kuwa watu wameishi tofauti hivyo basi dhamiri zao ni tofauti. Adui wa Mungu hutumia hizi dhamiri kuwajaribu watu waishi kulingana na utu wa dhambi, kinyume na haki na uzuri, kwa kuamsha mawazo mabaya na kuwachochea wafanye dhambi.

Ndani ya mioyo ya watu kuna migongano kati ya matakwa ya Roho Mtakatifu ambaye kwa huyo wanapaswa kuishi kwa kufuata sheria ya Mungu, na matakwa ya utu wa dhambi, ambao kwa huo watu wanalazimishwa kufuata matakwa ya mwili. Hiyo ndiyo sababu katika Wagalatia 5:16-17, Mungu anatuhimiza, "Basi nasema, Enendeni kwa Roho, wala hamtazitimiza kamwe tamaa za mwili. Kwa sababu mwili hutamani ukishindana na Roho, na Roho kushindana na mwili; kwa maana hizi zimepingana, hata hamwezi kufanya mnayotaka."

Tukiishi kwa kufuata matakwa ya Roho Mtakatifu tutaurithi ufalme wa Mungu: tukifuata matakwa ya utu wa dhambi na tusiishi kwa kufuata Neno la Mungu, hatutaurithi ufalme wake. Hiyo ndiyo sababu katika Wagalatia 5:19-21 Mungu alituonya kwa maneno yafuatayo:

> *Basi matendo ya mwili ni dhahiri, ndiyo haya, uasherati, uchafu, ufisadi, ibada ya sanamu, uchawi, uadui, ugomvi, wivu, hasira, fitina, faraka, uzushi, husuda, ulevi, ulafi, na mambo yanayofanana na hayo, katika hayo nawaambia mapema, kama nilivyokwisha kuwaambia, ya kwamba watu watendao mambo ya jinsi hiyo hawatarithi ufalme wa Mungu.*

Basi, watu wanapagawa na pepo namna gani?

Kupitia kwa mawazo ya mtu. Shetani huamsha tamaa za utu wa dhambi ndani ya mtu ambaye moyo wake umejaa utu wa dhambi. Kama hawezi kutawala akili yake na afanye matendo ya asili ya dhambi, hisia ya hatia hukaa ndani yake na moyo wake utakuza uovu zaidi. Matendo ya asili ya dhambi kama hayo yanapolimbikizana, mwishowe mtu huyo hushindwa kujitawala mwenyewe na badala yake hufanya kila atakachochochewa na Shetani afanye. Mtu kama huyo husemwa "amepagawa" na Shetani.

Kwa mfano, natuseme kuna mtu mvivu asiyependa kufanya kazi, lakini badala yake anapenda kunywa na kupoteza wakati wake. Kwa mtu kama huyo, Shetani huchochea na kutawala akili yake hivi kwamba atashikilia kunywa na kupoteza wakati wake akiona kwamba kufanya kazi ni mzigo. Shetani pia atampeleka mbali na uzuri ambao ndio kweli. Atamnyang'anya nguvu za kuendeleza maisha yake, na kumgeuza kuwa mtu asiyejiweza na asiye na maana yeyote. Anapoishi na kutenda kulingana na fikira za Shetani, huyo mtu hawezi kumkwepa Shetani. Licha ya hayo, moyo wake unapokuza uovu zaidi na tayari amejitoa kufuata mawazo maovu, badala ya kutawala moyo wake atafanya kila kinachompendeza. Akitaka kukasirika, atakasirika mpaka atosheke; akitaka kupigana au kugombana na watu, atapigana na kugombana na watu atakavyo; na akitaka kunywa, hataweza kujizuia. Mambo haya yakilimbikizana, kuanzia mahali fulani na kwendelea hataweza kutawala mawazo yake na moyo wake na atapata kwamba mambo yote yako kinyume na mapenzi yake. Baada ya mchakato huu, hupagawa na pepo.

Sababu ya kupagawa na pepo

Kuna sababu mbili kuu za mtu kushawishiwa na Shetani na baadaye kupagawa na pepo.

1. Wazazi

Kama wazazi walikuwa wamemwacha Mungu na kuabudu sanamu ambazo Mungu hapendi na anaziona kama chukizo, au wamefanya jambo ambalo ni baya sana, basi nguvu za pepo zitawaingia watoto wao na kama hazitachukuliwa hatua, watapagawa na pepo. Katika kisa kama hicho, wazazi lazima waende mbele za Mungu, na watubu dhambi zao barabara, na waache njia zao za dhambi, na wamsihi Mungu kwa niaba ya watoto wao. Kisha Mungu ataona ndani ya mioyo ya wazazi na adhihirishe kazi ya uponyaji, na kwa njia hiyo kufungua minyororo ya ukandamizaji.

2. Mtu binafsi

Bila kujali dhambi za wazazi, mtu anaweza kupagawa na pepo kwa sababu ya mambo yake yasiyokuwa kweli, yakijumuisha uovu, kiburi, na mengine kama hayo. Kwa kuwa huyo mtu hawezi kuomba na kutubu mwenyewe, anapopokea maombi kutoka kwa mtumishi wa Mungu anayedhihirisha uwezo wake, minyororo ya ukandamizaji inaweza kufunguliwa. Pepo wanapofukuzwa na mtu kupata fahamu zake, ni lazima afundishwe Neno la Mungu ili moyo wake ambao wakati mmoja ulikuwa umelowa dhambi na uovu utafutwa na kuwa moyo wa kweli.

Kwa hivyo, kama mtu au watu wa jamaa moja anapopagawa na pepo, jamaa hiyo lazima wachague mtu atakayeomba kwa niaba ya huyo mtu. Hii ni kwa sababu moyo na akili ya mtu aliyepagawa na pepo hutawalwa na pepo na hawezi kufanya lolote kulingana na mapenzi yake. Hawezi kuomba wala kusikiliza Neno la kweli; hivyo basi hawezi kuishi kwa kufuata kweli. Kwa hivyo, jamaa nzima au hata mtu mmoja tu kutoka kwa jamaa hiyo lazima amwombee katika upendo na huruma ili huyo mtu wa jamaa hiyo aliyepagawa aweze sasa kuishi katika imani. Mungu anapoona kujitoa na upendo katika jamaa hiyo, atafunua kazi ya uponyaji. Yesu alitwambia tupende majirani zetu kama tujipendavyo wenyewe (Luka 10:27). Kama hatuwezi kuomba na kujitoa kwa ajili ya mtu wa jamaa yetu yenyewe aliyepagawa na pepo, tunawezaje kusema tunapenda majirani zetu?

Jamaa na marafiki wa aliyepagawa na pepo wakijua sababu, watubu, waombe katika imani ya uwezo wa Mungu, wajitoe katika upendo, na kupanda mbegu ya imani, basi nguvu za pepo zitafukuzwa na mpendwa wao atabadilika na kuwa mtu wa kweli, ambaye Mungu atamkinga na kumlinda dhidi ya pepo.

Njia za Kuwaponya Watu Waliopagawa na Pepo

Katika sehemu nyingi za Biblia kuna masimulizi ya uponyaji wa watu waliopagawa na pepo. Natuchunguze jinsi walivyopokea uponyaji.

1. Ni lazima upinge nguvu za pepo

Katika Marko 5:1-20 tunapata mwanamume aliyepagawa na pepo mchafu. Kifungu cha 3-4 vinaeleza kuhusu huyo mtu, vikisema, "Makao yake yalikuwa pale makaburini. Wala hakuna mtu ye yote aliyeweza kumfunga tena, hata kwa minyororo kwa sababu alikuwa amefungwa mara nyingi kwa pingu na minyororo, akaikata ile minyororo, na kuzivunja-vunja zile pingu; wala hakuna mtu aliyekuwa na nguvu za kumshinda." Pia tunajifunza kutoka katika Marko 5:5-7, inasema, "Na sikuzote, usiku na mchana, alikuwako makaburini na milimani, akipiga kelele na kujikata-kata kwa mawe. Na alipomwona Yesu kwa mbali, alipiga mbio, akamsujudia; akapiga kelele kwa sauti kuu, akasema, Nina nini nawe, Yesu, Mwana wa Mungu aliye juu? Nakuapisha kwa Mungu usinitese!"

Hili lilikuwa jibu la kile alichokuwa Yesu amekiamrisha, "Ewe pepo mchafu, mtoke mtu huyu!" (kif. 8) Kisa hiki kinatwambia kwamba hata ingawa watu hawakujua kwamba Yesu alikuwa Mwana wa Mungu, pepo wachafu walijua kwa usahihi Yesu alikuwa nani, na alikuwa na uwezo wa aina gani.

Kisha Yesu akamwuliza, "Jina lako nani? Yule aliyepagawa na pepo akamjibu, "Jina langu ni Legioni, kwa kuwa tu wengi" (kif. 9). Pia alimwomba Yesu tena na tena asiwatoe nje ya eneo lile na kisha akamwomba awapeleke kwa nguruwe. Yesu hakumwuliza jina kwa sababu alikuwa halijui; bali alimwuliza jina kama hakimu akimhoji pepo mchafu. Licha ya hayo, "Legioni" maanake ni kwamba, pepo wengi sana walikuwa wamemteka huyu mwanamume.

Yesu aliruhusu hilo "Legioni" liingie katika kundi la nguruwe, ambao walitelemka kwa kasi gengeni wakaingia baharini wakafa. Tunapowatoa pepo, ni lazima tuwatoe na Neno la kweli, ambalo alama yake ni maji. Watu walipomwona huyo mwanamume, ambaye alikuwa hawezi kushindwa na uwezo wa wanadamu, ameponywa kabisa, na amekaa hapo, akiwa amevaa nguo na ana akili zake timamu, waliogopa.

Leo, tunapaswa tuwafukuze pepo namna gani? Wanapaswa kufukuzwa katika jina la Yesu Kristo waende majini, ambayo yanaashiria Neno, moto, ambao unaashiria Roho Mtakatifu, ili uwezo wao upotee. Lakini, kwa kuwa pepo ni viumbe vya kiroho, watafukuzwa wakati mtu mwenye uwezo wa kufukuza pepo anapoomba. Mtu asiye imani anapojaribu kuwafukuza pepo, pepo watamdharau au kumsoma. Kwa hivyo, ili tuweze kumponya mtu aliyepagawa na pepo, mtu wa Mungu mwenye uwezo wa kuwafukuza pepo lazima amwombee.

Hata hivyo, mara kwa mara pepo hawatafukuzwa hata kama mtu wa Mungu atawafukuza katika jina la Yesu Kristo. Hilo ni kwa sababu mwenye kupagawa na pepo alikuwa amemkufuru au kusema kinyume cha Roho Mtakatifu (Mathayo 12:31; Luka 12:10). Uponyaji hauwezi kudhihirishwa kwa baadhi ya wenye kupagawa na pepo wanapoendelea kufanya dhambi makusudi baada ya kupokea ujuzi wa kweli (Waebrania 10:26).

Licha ya hayo, katika Waebrania 6:4-6 tunapata, "Kwa maana hao waliokwisha kupewa nuru, na kukionja kipawa cha mbinguni, na kufanywa washirika wa Roho Mtakatifu, na kulionja neno zuri la Mungu, na nguvu za zamani zijazo, wakaanguka baada ya hayo, haiwezekani kuwafanya upya tena hata wakatubu; kwa kuwa wamsulibisha Mwana wa Mungu mara ya pili kwa nafsi zao, na kumfedhehi kwa dhahiri."

Sasa kwa kuwa tumejifunza haya, ni lazima tujikinge ili tusiweze kamwe kufanya dhambi ambazo hatuwezi kupokea msamaha wake. Ni lazima pia tutofautishe katika kweli kama mtu aliyepagawa na pepo anaweza kuponywa kwa maombi au la.

2. **Jihami na kweli.**

Pepo wanapofukuzwa kutoka kwa watu, watu hao lazima

waijaze mioyo yao na maisha na kweli kwa kusoma Neno la Mungu kwa bidii, kusifu na kuomba. Hata kama pepo wamefukuzwa, watu wakiendelea kuishi katika dhambi bila kujihami na kweli, pepo waliotolewa watarudi, na wakati huu, wataandamana na pepo waovu kuliko wao. Kumbuka kwamba hali ya watu hao itakuwa mbaya zaidi kuliko ile hali waliyokuwa kwanza, walipoingiwa na pepo

Katika Mathayo 12:43-45, Yesu anatwambia maneno yafuatayo:

> *Pepo mchafu, amtokapo mtu, hupitia mahali pasipo maji, akitafuta mahali pa kupumzika, asipate. Halafu husema, Nitarudi nyumbani kwangu nilikotoka; hata akija, aiona tupu, imefagiwa, na kupambwa. Mara huenda, akachukua pamoja naye pepo wengine saba walio waovu kuliko yeye mwenyewe, nao huingia na kukaa humo; na mtu yule hali yake ya mwisho huwa mbaya kuliko ya kwanza. Ndivyo itakavyokuwa kwa kizazi hiki kilicho kibaya.*

Pepo hawapaswi kutolewa bila uangalifu. Zaidi ya hayo, baada ya pepo kufukuzwa, marafiki na jamaa ya yule aliyekuwa amepagawa na pepo wanapaswa kuelewa kwamba mtu yule sasa anahitaji utunzaji na upendo mkuu zaidi kuliko awali. Ni lazima wamtunze kwa kujitoa na wamhami kwa kumfundisha ukweli mpaka apokee uponyaji kamili.

Kila Kitu Kinawezekana Kwake Yeye Aaminiye

Katika Marko 9:17-27 kuna masimulizi ya mvulana aliyepagawa na pepo aliyemfanya kuwa bubu. Mvulana huyo pia alikuwa na kifafa, na Yesu akamponya baada ya kuona imani ya baba yake. Natuchunguze kwa kifupi jinsi mvulana huyo alivyopokea uponyaji.

1. Jamaa lazima waonyeshe imani.

Mvulana katika Marko 9 alikuwa bubu na kiziwi tangu utotoni mwake kwa sababu ya kupagawa na pepo. Hakuweza kuelewa neno na kuwasiliana na yeye ilikuwa haiwezekani. Licha ya hayo, ilikuwa vigumu kujua ni wakati gani na ni wapi dalili za kifafa zitatokea. Kwa hivyo baba yake siku zote aliishi katika hofu na uchungu, akiwa amepoteza matumaini yote ya maisha.

Kisha babake akasikia kuhusu mwanamume kutoka Galilaya ambaye alikuwa akidhihirisha miujiza ya kufufua wafu, na kuponya magonjwa ya aina mbalimbali. Mwali wa tumaini ukaanza kumwingia mwanamume huyu aliyekuwa amevunjika moyo. Kama habari hizo zilikuwa sahihi, babake aliamini huyu mwanamume kutoka Galilaya angemponya mwanawe pia. Katika bahati nzuri kama hiyo, babake alimleta mwanawe mbele ya Yesu na akamwambia, "Lakini ukiweza neno lo lote, utuhurumie, na kutusaidia!" (Marko 9:22).

Aliposikia ombi la ari la baba yake, Yesu alisema. "Ukiweza?' Yote yawezekana kwake aaminiye" (kif. 23), na akamkemea huyo baba yake kwa imani yake haba. Baba yake alikuwa amesikia habari lakini moyoni mwake alikuwa hajaiamini. Kama babake angekuwa anafahamu kwamba Yesu kama Mwana wa Mungu alikuwa mwenyezi na kweli yenyewe, hangekuwa amesema "Kama." Ili aweze kutufundisha kwamba haiwezekani kumpendeza Mungu bila imani, na kwamba haiwezekani kupokea majibu bila imani kamili ambayo kwa hiyo mtu anaweza kuamini, Yesu alisema, "Ukiweza?" alipokuwa anamkemea baba yake kwa kuwa na "imani haba."

Kwa jumla imani inaweza kugawanywa katika aina mbili. "Imani ya kimwili" au "imani ya ujuzi," ni ile ambayo mtu anaweza kuamini yale anayoyaona. Aina ya imani ambayo mtu anaweza kuamini bila kuona ni "imani ya kiroho," "imani ya kweli," au "imani inayoambatana na matendo." Aina hii ya imani inaweza kuumba kitu bila kutumia kitu chochote. Fasili ya imani kulingana na Biblia ni "Kuwa na hakika ya mambo yatarajiwayo, ni bayana ya mambo yasiyoonekana" (Waebrania 11:1).

Watu wanapougua magonjwa yanayoweza kuponywa na

wanadamu, wanaweza kuponywa magonjwa yao yanapochomwa na moto wa Roho Mtakatifu wanapoonyesha imani yao wakiwa wamejazwa Roho Mtakatifu. Mtu mpya katika maisha ya imani anapokuwa mgonjwa, anaweza kuponywa wakati anapofungua moyo wake, anaposikiliza Neno, na anapoonyesha imani. Mkristo aliyekomaa mwenye imani akishikwa na ugonjwa, anaweza kuponywa anapoacha njia zake kupitia kwa toba.

Watu wanapougua magonjwa ambayo hayawezi kuponywa na sayansi ya matibabu, ni lazima waonyeshe imani ambayo ni kubwa zaidi kulingana na ukomavu wao. Mkristo aliyekomaa mwenye imani akishikwa na ugonjwa, anaweza kuponywa anapofungua moyo wake, na kutubu kwa kurarua moyo wake, na kuomba kwa ari. Mtu mwenye imani haba akiwa mgonjwa, hataponywa mpaka apewe imani na kulingana na ukuaji wa imani yake, kazi ya uponyaji itadhihirishwa.

Walemavu, ambao miili yao imelemaa, na magonjwa ya kurithi yanaweza kuponywa na miujiza ya Mungu peke yake. Kwa hivyo ni lazima wamwonyeshe Mungu kujitolea na imani ambayo kwa hiyo wanaweza kupenda na kumpendeza. Ni wakati huo peke yake ndipo Mungu atakiri imani yao na adhihirishe uponyaji. Watu wanapoonyesha imani yao motomoto kwa Mungu – jinsi Bartimayo alivyomwita Yesu kwa bidii (Marko 10:46-52), jinsi akida alivyomwonyesha Yesu imani yake kuu (Mathayo 8:5-13), na jinsi mwenye kupooza na rafiki zake wanne walivyoonyesha imani na kujitolea (Marko 2:3-12) – Mungu atawapatia uponyaji.

Vivyo hivyo, kwa kuwa watu waliopagawa na pepo hawawezi kuponywa bila kazi ya Mungu, na hawawezi kuonyesha imani yao, ili waweze kuteremsha uponyaji kutoka mbinguni, watu wengine wa jamaa yake lazima wamwamini mwenyezi Mungu na waje mbele zake.

2. Watu lazima wawe na imani ambayo kwa hiyo wanaweza kuamini.

Baba yake yule mvulana ambaye alikuwa amepagawa na pepo hapo mwanzo alikemewa na Yesu kwa imani yake haba. Yesu alipomwambia huyo mtu kwa uhakika, "Yote yawezekana kwake aaminiye" (Marko 9:23), midomo ya baba yake ilitoa ungamo zuri, "Ninaamini" Hata hivyo, imani yake ilikuwa na mipaka ya ujuzi wake. Hiyo ndiyo sababu yule baba yake alimwomba Yesu, "Nisaidie kutoamini kwangu!" (Marko 9:24). Yesu aliposikia jinsi baba yake alivyomsihi, kwa moyo mkweli, maombi ya ari, na imani aliyojua Yesu, alimpa baba imani ambayo kwa hiyo angeweza sasa kuamini.

Vivyo hivyo, kwa kumwita Mungu tunaweza kupokea imani ambayo kwa hiyo tunaweza kuamini na tunapokuwa na imani aina hii, tutakuwa tunatosha kupokea majibu ya matatizo yetu, na "yasiyowezekana" yatakuwa yale "yawezekanayo."

Baba alipopata imani ambayo kwa hiyo angeweza kuamini tu, Yesu alipoamuru, "Ewe pepo bubu na kiziwi, mimi nakuamuru, mtoke huyu, wala usimwingie tena," huyo pepo mchafu akamtoka huyo mvulana kwa kupiga unyende (Marko 9:25-27). Midomo ya baba ilipokuwa inaomba imani ambayo kwa hiyo angeweza kuamini na kutamani Mungu aingilie kati – hata baada ya Yesu kumkemea – Yesu alidhihirisha kazi ya uponyaji ya kushangaza.

Yesu alijibu na hata akampa uponyaji kamili kwa huyo mvulana aliyekuwa amepagawa na pepo aliyekuwa amemfanya bubu, na alikuwa ana kifafa, hivyo basi mara nyingi alikuwa akianguka, na kutoa povu mdomoni, akasaga meno yake, na kukauka. Kisha, kwa wale wanaoamini uwezo wa Mungu ambao kwa huo kila kitu kinawezekana, na kuishi kwa kufuata Neno lake, je, hangeruhusu kila kitu kiende vizuri na kuwaongoza kuishi maisha ya afya.

Punde baada ya kuanzisha huduma ya Manmin, mvulana kutoka Mkoa wa Gang-won alitembelea kanisa baada ya kusikia habari yake. Huyo kijana alidhani kwamba alikuwa anamtumikia Mungu kwa uaminifu kama mwalimu wa Shule za Jumapili na kama mwanakwaya. Hata hivyo, kwa kuwa alikuwa na majivuno ya kupita kiasi na hakuacha uovu moyoni mwake, bali badala yake alilimbikiza dhambi. Huyo kijana alikuwa anaugua baada ya pepo kuingia ndani ya moyo wake mchafu na akaanza kukaa ndani yake. Kazi ya uponyaji ilidhihirika kwa maombi ya ari na kujitolea kwa babake. Baada ya kumtambua huyo pepo na kumfukuza kwa maombi, huyo kijana alitoa povu mdomoni, akalala kwa mgongo na akatoa harufu mbaya sana. Baada ya kisa hicho, maisha ya huyo kijana yalifanywa upya alipojihami kwa kuujua ukweli hapa Manmin. Leo, anatumikia kanisa lake kwa uaminifu kule Gang-won na anamtukuza Mungu kwa kushirikisha watu wengi sana, neema ya ushuhuda wa uponyaji wake.

Naomba upate kufahamu kwamba upana wa kazi ya Mungu hauna mwisho na kwamba kila kitu kinawezekana kwa huo. Hivyo basi unapotafuta katika maombi hutakuwa tu mtoto mbarikiwa wa Mungu, lakini pia utakuwa mtakatifu wake amtunzaye, ambaye mambo yake yote yanaenda vizuri wakati wote, katika jina la Bwana wetu ninaomba.

Sura ya 7

Imani ya Naamani na utiifu wake

2 Wafalme 5:9-10, 14

Basi Naamani akaja na farasi wake na magari yake, akasimama mlangoni pa nyumba ya Elisha. Naye Elisha akampelekea mjumbe, akisema, Enenda ukaoge katika Yordani mara saba, na nyama ya mwili wako itakurudia, nawe utakuwa safi." Ndipo akashuka, akajichovya mara saba katika Yordani, sawasawa na neno lake yule mtu wa Mungu; nayo nyama ya mwili wake ikarudi ikawa kama nyama ya mwili wa mtoto mchanga, akawa safi.

Jemadari Naamani Mtu Aliyekuwa na Ukoma

Katika wakati wetu wa kuishi, hukumbana na matatizo makubwa na madogo. Wakati mwingine tunakabiliwa na matatizo ambayo uwezo wa mwanadamu hauyawezi.

Katika nchi iliyoitwa Aramu, kaskazini mwa Israeli, kulikuwa na jemadari wa jeshi aliyeitwa Naamani. Alikuwa ameongoza jeshi la Aramu kushinda vita wakati muhimu zaidi wa hiyo nchi. Naamani aliipenda nchi yake na akamtumikia mfalme wake kwa uaminifu. Hata ingawa mfalme alimwangalia Naamani kama mtu wa juu, huyo jemadari alikuwa na fadhaa kwa sababu siri ambayo hakuna mtu mwingine aliyeijua.

Fadhaa zake zilisababishwa na nini? Naamani alikuwa na uchungu si kwa sababu alikuwa hana mali au umaarufu. Naamani alihisi amepigwa na hakupata furaha yoyote maishani mwake kwa sababu alikuwa na ukoma, ugonjwa usiokuwa na tiba ambao dawa ya yake haingeweza kuutibu.

Katika wakati wa Naamani, watu waliougua ukoma walichukuliwa kuwa najisi. Walilazimishwa kuishi peke yao nje ya mipaka ya miji. Kuugua kwa Naamani kulikuwa hakuwezi kuvumiliwa kwa sababu, zaidi ya hayo maumivu, kulikuwa na matatizo mengine yaliyoambatana na huo ugonjwa. Dalili za ukoma zilijumuisha madoadoa mwilini, hasa ya usoni, juu ya mikono na miguu, katika nyayo za miguu yake, na pia kufa kwa hisia. Katika visa vibaya, nyusi, kucha za vidole vya mikononi na miguuni zilianguka na umbo la mtu kwa jumla lilikuwa linatisha.

Kisha siku moja, Naamani aliyekuwa amepigwa na ugonjwa usiokuwa na tiba na aliyekuwa hawezi kuwa na furaha maishani mwake, alipata habari. Kulingana na msichana mdogo aliyechukuliwa mateka kutoka israeli, aliyekuwa akimtumikia mke wa Naamani, kulikuwa na nabii kule Samaria ambaye alikuwa anaweza kuponya ukoma wa Naamani. Kwa kuwa hakuwa na jambo ambalo hangeweza kufanya ili apokee uponyaji, Naamani alimwambia mfalme wake kuhusu huo ugonjwa aliokuwa nao na vile alivyokuwa amesikia kutoka kwa mtumishi wake. Aliposikia kwamba jemadari wake mwaminifu angeweza kuponywa ukoma kama angeenda mbele ya nabii kule Samaria, yule mfalme kwa hamu alimsaidia Naamani na hata akamwandikia barua mfalme wa Israeli kwa niaba ya Naamani.

Naamani alitoka Aramu na kwenda Israeli na talanta kumi za fedha, shekeli elfu sita za dhahabu, na seti kumi za nguo, na hiyo barua ya mfalme. Barua hii ilisema hivi, "Waraka huu utakapokuwasilia, tazama, nimemtuma mtumishi wangu Naamani kwako, ili upate kumponya ukoma wake" (kif. 6). Wakati huo, taifa la Aramu lilikuwa na nguvu kuliko lile la Israeli. Mfalme wa Israeli aliposoma barua kutoka kwa mfalme wa Aramu, alirarua mavazi yake na kusema, "Je! Mimi ni Mungu? Kwa mtu huyu akanipelekea mtu nimponye ukoma wake? Fahamuni, basi, nakusihini, mwone ya kuwa mtu huyu anataka kugombana nami!" (kif. 7).

Elisha nabii wa Israeli aliposikia habari hizi, alikuja mbele ya mfalme na kumwambia, "Mbona umeyararua mavazi yako?

Na aje sasa kwangu mimi, naye atajua ya kuwa yuko nabii katika Israeli" (kif. 8). Mfalme wa Israeli alipomtuma Naamani nyumbani kwa Elisha, nabii hakukutana na huyo jemadari, bali alisema tu kupitia kwa mjumbe peke yake, "Enenda ukaoge katika Yordani mara saba, na nyama ya mwili wako itakurudia, nawe utakuwa safi" (kif. 10).

Naamani aliona mambo ambayo yalikuwa hayaeleweki. Alikuwa ameenda na farasi wake na magari ya farasi hadi nyumbani kwa Elisha. Lakini huyo nabii hakumkaribisha wala kukutana naye! Jemadari akakasirika. Alidhani kwamba jemadari wa jeshi la nchi yenye nguvu kuliko Israeli akimtembelea nabii, nabii angekuwa amemkaribisha vizuri na kumwekea mikono. Badala yake, Naamani hakukaribishwa vizuri na nabii na akaambiwa aoge katika mto mdogo sana na mchafu uitwao Yordani.

Kwa hasira, Naamani aliamua kurudi nyumbani, akisema, "Tazama, nalidhania, 'Bila shaka atatoka kwangu, na kusimama, na kuomba kwa jina la Bwana, Mungu wake, na kupitisha mkono wake mahali penye ugonjwa, na kuniponya mimi mwenye ukoma.' Je! Abana na Farpari, mito ya Dameski, si bora kuliko maji yote ya Israeli? Je! Siwezi kujiosha ndani yake, na kuwa safi?" (kif. 11-12) Alipokuwa anajitayarisha kurudi nyumbani, watumishi wa Naamani walimsihi walisema, "Baba yangu, kama yule nabii angalikuambia kutenda jambo kubwa, usingalilitenda? Je! Si zaidi basi, akikuambia, Jioshe, uwe safi?" (kif. 13) Wakamhimiza bwana wao atii maagizo ya Elisha.

Naamani alipojitosa katika Mto Yordani mara saba, kama Elisha alivyokuwa amemwagiza, ni kitu gani kilifanyika? Nyama yake ikarejeshwa na ikawa safi kama ile ya mtoto mchanga. Ukoma uliokuwa umempatia Naamani uchungu mwingi sana ulikuwa umeponywa kabisa. Ugonjwa usioweza kuponywa na mwanadamu ulipokuwa umeponywa kabisa na utiifu wa Naamani kwa mtu wa Mungu, jemadari alimkiri Mungu aliye hai na Elisha, mtu wa Mungu.

Baada ya kuona uwezo wa Mungu aliye hai – Mungu Mponyaji wa ukoma – Naamani alirudi kwa Elisha, akakiri, "Akamrudia yule mtu wa Mungu, yeye na mafuatano yake yote. Akaja, akasimama mbele yake; akasema, Sasa tazama, najua ya kwamba hakuna Mungu duniani mwote, ila katika Israeli; basi nakuomba upokee mbaraka kwa mtumwa wako." Lakini akasema, Kama BWANA aishivyo, ambaye nimesimama mbele yake, sipokei kitu. Akamshurutisha apokee; lakini akakataa. Naamani akasema; Kama sivyo, lakini mtumwa wako na apewe mzigo wa udongo wa baghala wawili; kwa maana mtumwa wako hatatoa tena sadaka ya kuteketezwa wala dhabihu kwa miungu mingine, ila kwa BWANA," na akamtukuza Mungu (2 Wafalme 5:15-17).

Imani na Matendo ya Naamani

Hebu sasa tuchunguze imani na matendo ya Naamani,

aliyekutana na Mungu Mponyaji na akaponywa ugonjwa usiokuwa na tiba.

1. Dhamiri Nzuri ya Naamani

Watu wengine hukubali moja kwa moja na kuamini maneno ya watu wengine, huku wengine kwa upande mwingine wakielekea bila masharti kuwa na tashwishi na kutowaamini watu wengine. Kwa kuwa Naamani alikuwa na dhamiri njema, hakudharau maneno ya watu wengine lakini aliyakubali vizuri.

Aliweza kwenda Israeli, na kutii maagizo ya Elisha, na akapokea uponyaji kwa sababu hakupuuza maneno ya msichana mdogo aliyemtumikia mkewe, bali aliyapa usikivu na akayaamini. Huyu msichana mdogo aliyekuwa amechukuliwa mateka kutoka Israeli alimwambia mkewe Naamani, "Laiti bwana wangu angekuwa pamoja na yule nabii aliyeko Samaria! Maana angemponya ukoma wake" (kif. 3), Naamani akamwamini. Kama wewe ungekuwa Naamani, Ungekuwa umefanya nini? Je, ungekuwa umekubali maneno yake yote?

Licha ya maendeleo ya matibabu ya kisasa leo, kuna magonjwa mengi ambayo mbele yake dawa hazifai kitu. Kama uliwaambia watu kwamba Mungu amekuponya magonjwa yasiyokuwa na tiba au umeponywa baada ya kupokea maombi, unaona ni watu wangapi watakuamini? Naamani aliyaamini maneno ya yule msichana mdogo, akaenda mbele ya mfalme wake kuomba ruhusa, na akaenda Israeli, akapokea uponyaji wa ukoma wake. Kwa maneno mengine, kwa sababu Naamani alikuwa na dhamiri njema, aliweza kuyakubali maneno ya yule msichana mdogo alipomhubiri, naye akafanya hivyo. Ni lazima sisi pia tutambue kwamba tunapohubiriwa injili, tunaweza kupokea majibu ya matatizo yetu wakati tu peke yake tunapoamini mahubiri na kuja mbele ya Mungu kama Naamani alivyofanya.

2. Naamani Aliyasambaratisha mawazo Yake

Naamani alipoenda Israeli kwa msaada wa mfalme wake na kufika nyumbani kwa Elisha, nabii aliyeweza kuponya ukoma, hakupokewa vizuri. Ni wazi kwamba alikasirika wakati Elisha, ambaye machoni pa Naamani mtu asiyeamini, alikuwa hana umaarufu wowote au hadhi yoyote, hakumkaribisha mtumishi mwaminifu wa mfalme wa Aramu, bali akamwambia – kupitia kwa mjumbe – akaoge mara saba katika Mto Yordani. Naamani alighadhabika kwa sababu alikuwa ametumwa na mfalme wa Aramu mwenyewe. Zaidi ya hayo, Elisha hata hakumwekea mkono juu ya mahali pagonjwa, bali badala yake alimwambia kwamba angeweza kutakaswa akioga katika mto mdogo na mchafu kama Yordani.

Naamani alimkasirikia nabii Elisha na hatua yake, ambayo kwa fikira zake mwenyewe hakuweza kuelewa. Akajitayarisha kurudi nyumbani, akifikiri kwamba kulikuwa na mito mingine mingi mikubwa na misafi katika nchi yake, na kwamba angetakaswa kama angeoga katika mto mmoja wapo. Wakati huo, watumishi wa Naamani wakamhimiza bwana wao atii maagizo ya Elisha na akajitose katika Mto Yordani.

Kwa kuwa Naamani alikuwa na dhamiri njema, jemadari hakutenda kulingana na mawazo yake, bali badala yake aliamua kutii maagizo ya Elisha, na akaelekea Yordani. Kati ya watu wenye hadhi sawa na ile ya Naamani, ni wangapi kati yao wangetubu na kutii kwa kuhimizwa na watumishi wao au wengine walio katika vyeo vya chini kuliko wao?

Kama tunavyoona katika Isaya 55:8-9, "'Maana mawazo yangu si mawazo yenu, wala njia zenu si njia zangu; asema BWANA. 'Kwa maana kama vile mbingu zilivyo juu sana kuliko nchi, kadhalika njia zangu zi juu sana kuliko njia zenu, na mawazo yangu kuliko mawazo yenu," Tunaposhikilia mawazo ya mwanadamu na nadharia zake, hatuwezi kutii Neno la Mungu. Natukumbuke mwisho wa Mfalme Sauli aliyekosa kumtii Mungu. Tunapoingiza mawazo ya mwanadamu na tusitii mapenzi ya Mungu, hili ni tendo la kutotii, na tukikosa kukiri kutotii kwetu, ni lazima tukumbuke kwamba Mungu atatuacha na kutukataa kama vile alivyomwacha Mfalme Sauli.

Tunasoma katika 1 Samweli 15:22-23, " Samweli akasema, 'Je! BWANA huzipenda sadaka za kuteketezwa na dhabihu sawasawa na kuitii sauti ya BWANA? Angalia, kutii ni bora kuliko dhabihu, na kusikia kuliko mafuta ya beberu. Kwani kuasi ni kama dhambi ya uchawi, Na ukaidi ni kama ukafiri na vinyago. Kwa kuwa umelikataa neno la BWANA, Yeye naye amekukataa wewe usiwe mfalme."' Naamami aliwaza mara mbilimbili na akaamua kuyasambaratisha mawazo yake mwenyewe na afuate maagizo ya Elisha, mtu wa Mungu.

Vivyo hivyo, ni lazima tukumbuke kwamba ni wakati tu tutakapoacha kufuata mioyo yetu isiyotii na tuigeuze iwe mioyo ya utiifu kulingana na mapenzi ya Mungu, ndipo tutaweza kupata matakwa ya mioyo yetu.

3. Naamani Alitii Neno la Nabii.

Kwa kufuata maagizo ya Elisha, Naamani aliteremka Mto Yordani na akaoga. Kulikuwa na mito mingi mingine iliyokuwa mipana na misafi kuliko Yordani, lakini maagizo ya Elisha ya kwenda Yordani yalikuwa na umuhimu wa kiroho. Mto Yordani unaashiria wokovu, huku maji yakiashiria Neno la Mungu linalosafisha dhambi za watu na kuwawezesha kuufikia wokovu. (Yohana 4:14) Hiyo ndiyo sababu Elisha alimtaka Naamani akaoge katika Mto Yordani unaomwongoza kufikia wokovu. Haikujalishi mito mingine ilikuwa mipana kama nini, haiwaongozi watu kuufikia wokovu, na haina uhusiano wowote na Mungu, na kwa hivyo, katika maji hayo kazi ya Mungu haiwezi kufunuliwa.

Kama Yesu anavyotwambia katika Yohana 3:5, "Yesu akajibu, Amin, amin, nakuambia, Mtu asipozaliwa kwa maji na kwa Roho, hawezi kuuingia ufalme wa Mungu," kwa kuoga katika Mto wa Yordani, njia imefunguliwa ya Naamani kupokea msamaha wa dhambi zake, na wokovu, na akutane na Mungu aliye hai.

Basi ni kwa nini, Naamani aliambiwa aoge mara saba? Nambari "7" ni nambari kamilifu inayoashiria ukamilifu. Kwa kumwagiza Naamani akaoge mara saba, Elisha alikuwa anamwambia jemadari apokee msamaha wa dhambi zake na akae kikamilifu katika Neno la Mungu. Ni wakati huo peke yake ambapo Mungu ambaye kwake kila kitu kinawezekana atadhihirisha kazi ya uponyaji na kuponya ugonjwa wowote usiokuwa na tiba.

Kwa hivyo, tunajifunza kwamba Naamani alipokea uponyaji wa ukoma wake, ambao dawa au nguvu za wanadamu hazikufaa kitu, kwa sababu alitii neno la nabii. Maandiko yanatwambia waziwazi kuhusu hili, yanasema, "Maana Neno la Mungu li hai, tena lina nguvu, tena lina ukali kuliko upanga uwao wote ukatao kuwili, tena lachoma hata kuzigawanya nafsi na roho, na viungo na mafuta yaliyomo ndani yake; tena li jepesi kuyatambua mawazo na makusudi ya moyo. Wala hakuna kiumbe kisichokuwa wazi mbele zake, lakini vitu vyote vi utupu na kufunuliwa machoni pake yeye aliye na mambo yetu" (Waebrania 4:12-13).

Naamani alienda mbele ya Mungu ambaye kwake hakuna lisilowezekana, akaharibu mawazo yake, akatubu, na akatii mapenzi yake. Naamani alipojitosa katika Yordani mara ya saba, Mungu aliona imani yake, akamponya ukoma wake, na nyama yake ikarejeshwa na ikawa safi kama ile ya mtoto mchanga.

Kwa kutuonyesha wazi ushahidi wa wazi unathibitisha kwamba uponyaji wa ukoma ulikuwa unawezekana tu kwa nguvu zake peke yake, Mungu anatwambia kwamba ugonjwa wowote usio na tiba unaweza kuponywa wakati tunapompendeza na imani yetu inayoambatana na matendo.

Naamani Anampa Mungu Utukufu.

Baada ya Naamani kuponywa ukoma wake, alimrudia Elisha, akakiri, "Sasa tazama, najua ya kwamba hakuna Mungu duniani mwote, ila katika Israeli; basi nakuomba upokee mbaraka kwa mtumwa wako," (2 Wafalme 5:15) na "Kama sivyo, lakini mtumwa wako na apewe mzigo wa udongo wa baghala wawili; kwa maana mtumwa wako hatatoa tena sadaka ya kuteketezwa wala dhabihu kwa miungu mingine, ila kwa BWANA," (kif. 17) na akamtukuza Mungu.

Katika Luka 17:11-19 ni kisa ambamo watu kumi wanakutana na Yesu na wanaponywa ukoma. Lakini, ni mmoja wao tu aliyerudi kwa Yesu, akimsifu Mungu kwa sauti kubwa na akajitupa miguuni pa Yesu na akamshukuru. Katika kifungu cha 17-18, Yesu alimwuliza huyu mwanamume, "Hawakutakaswa wote kumi? Wale kenda wa wapi? Je! Hawakuonekana waliorudi kumpa Mungu utukufu ila mgeni huyu?" Katika kifungu kinachofuata cha 19, akamwambia huyo mtu, "Inuka, enenda zako, imani yako imekuokoa." Tukipokea uponyaji kwa uwezo wa Mungu, hatupaswi kumpa utukufu Mungu tu peke yake, bali pia tunapaswa kumkubali Yesu Kristo, na tufikie wokovu, lakini pia tuishi kwa kufuata Neno la Mungu.

Naamani alikuwa na aina ya imani na matendo ambayo kwa hayo angeweza kuponywa ukoma, ugonjwa ambao wakati huo ulikuwa hauna tiba. Alikuwa na dhamiri njema ya kuamini maneno ya mjakazi mdogo aliyekuwa amechukuliwa mateka. Alikuwa na aina ya imani ambayo kwa hiyo alitayarisha kipawa cha thamani cha kumtembelea nabii. Alionyesha tendo la utiifu hata ingawa maagizo ya Nabii Elisha hayakuendana na mawazo yake.

Naamani Mtu wa Mataifa, wakati mmoja aliugua ugonjwa usiokuwa na tiba lakini kupitia kwa ugonjwa wake huo alikutana na Mungu aliye hai na akaona kazi ya uponyaji. Mtu yeyote ajaye mbele ya mwenyezi Mungu na kuonyesha imani na matendo atapokea majibu kwa matatizo yake yote haijalishi ni magumu namna gani.

Naomba uwe na imani ya thamani, uonyeshe hiyo imani na matendo, upokee majibu ya matatizo yako yote maishani, na uwe mtakatifu aliyebarikiwa, ukimtukuza Mungu, katika jina la Bwana wetu ninaomba.

Mwandishi:
Dr. Jaerock Lee

Dr. Jaerock Lee alizaliwa Muan, Jimbo la Jeonnam, katika Jamhuri ya Korea, mwaka 1943. Akiwa na miaka kati ya ishirini na thelathini, Dr. Lee aliugua magonjwa mengi yasiyokuwa na tiba kwa muda wa miaka saba na alikata tamaa ya kupona na akawa anasubiri kifo. Siku moja majira ya kuchipua mwaka 1974, alipelekwa kanisani na dada yake na alipopiga magoti kuomba, Mungu aliye hai alimponya magonjwa yote mara moja.

Tangu wakati Dr. Lee alipokutana na Mungu aishiye kupitia uponyaji huo wa ajabu, amempenda Mungu kwa moyo wake wote na kwa uaminifu, na mnamo mwaka 1978 aliitwa ili awe mtumishi wa Mungu. Aliomba kwa dhati na kufunga mara nyingi sana ili aweze kujua kwa hakika mapenzi ya Mungu, ayatimize yote na kulitii Neno la Mungu. Mwaka 1982, alianzisha Kanisa Kuu la Manmin katika jiji la Seoul, Korea, na kazi nyingi za Mungu, ikiwa ni pamoja na miujiza ya uponyaji na maajabu, vimekuwa vikitendeka katika kanisa hili.

Mnamo mwaka 1986, Dr. Lee aliwekwa wakfu na kusimikwa kama mchungaji katika Mkutano wa Mwaka wa Kanisa la Yesu huko Sungkyul, Korea, na miaka minne baadaye, mwaka 1990, mahubiri yake yalianza kurushwa katika nchi za Australia, Urusi, na Ufilipino. Baada ya muda mfupi nchi nyingine nyingi ziliweza kufikiwa kupitia Far East Broadcasting Company, Kituo cha utangazaji cha Asia Broadcast Station na Washington Christian Radio System.

Miaka mitatu baadaye, mwaka 1993, Kanisa kuu la Manmin lilichaguliwa kuwa moja ya "Makanisa 50 Yanayoongoza Duniani" na jarida la Christian World la Marekani na alipata Shahada ya Heshima ya Uzamivu katika Theolojia (Honorary Doctorate of Divinity) kutoka chuo cha Christian Faith, Florida, Marekani, na katika mwaka 1996 alipata Ph. D. katika Huduma kutoka Kingsway Theological Seminary, Iowa, Marekani.

Tangu mwaka 1993, Dr. Lee amefanya utume/umisionari wa ulimwengu kwa kufanya mikutano mingi huko Tanzania, Argentina, L.A., jiji la Baltimore, Hawaii, na jiji la New York huko Marekani, Uganda, Japani, Pakistani, Kenya, Ufilipino, Honduras, India, Urusi, Ujerumani, Peru, Jamhuri ya Kidemokrasia ya watu wa Congo, na Israeli na Estonia.

Mnamo mwaka 2002 alipewa jina la "mwana uvuvio wa ulimwengu" na magazeti maarufu ya Kikristo nchini Korea kutokana na kazi yake katika mikutano mbali mbali aliyoifanya nje ya nchi. Mkutano wa kutajika haswa, ni ule wa 'New York Crusade 2006' ulioandaliwa katika Madison Square Garden, ambao ndio ukumbi maarufu zaidi ulimwenguni. Mkutano huo ulirushwa hewani kwa mataifa 220, na katika mkutano wa 'Israel United Crusade 2009', uliofanyika International Convention Center (ICC) huko Yerusalemu, alitangaza waziwazi kwamba Yesu Kristo ndiye Masihi na Mwokozi.

Mahubiri yake yanapeperushwa hewani kufikia mataifa 176 kupitia mitambo ya setilaiti ikiwemo GCN TV, na pia aliorodheshwa kama mmoja wa 'Viongozi 10 Wa Kikristo wenye Ushawishi Mkubwa' wa mwaka 2009 na 2010 na gazeti maarufu la Russian Christian magazine In Victory na shirika la habari la Christian Telegraph kwa sababu ya vipindi vyake vya televisheni na huduma yake ya kuchunga makanisa ulimwengu mzima.

Kufikia Machi mwaka 2015, Manmin Central Church ina washirika zaidi ya 120,000. Kuna makanisa yapatayo 10,000 ulimwengu mzima ambayo ni matawi ya Manmini Central Church yakiwemo makanisa 56 yaliyoko Korea, na wamisionari zaidi ya 123 wametumwa nchi 23, ikiwemo Marekani, Urusi, Ujerumai, Canada, Japan, China, Ufaransa, India, Kenya, na nyingine nyingi kufikia sasa.

Kufikia kuchapishwa kwa kitabu hiki, , Dr. Lee ameandika virabu 94, vikiwemo vile vilivyo maarufu kama Kuonja Uzima Wa Milele Kabila Mauti, Maisha Yangu Imani Yangu I & II, Ujumbe wa Msalaba, Kiasi cha Imani, Mbinguni I & II, Jehanamu, Amka, Isreali!, na Nguvu za Mungu. Vitabu vyake vimetafsiriwa katika zaidi ya lugha 76.

Makala yake ya Kikristo huchapishwa kwenye The Hankook Ilbo, The JoongAng Daily, The Chosun Ilbo, The Dong-A Ilbo, The Munhwa Ilbo, The Seoul Shinmun, The Kyunghyang Shinmun, The Korea Economic Daily, The Korea Herald, The Shisa News, na The Christian Press.

Dr. Lee sasa hivi ni kiongozi wa mashirika mengi ya kimisionari na shirika. Nyadhifa zake zinajumuisha kuwa: Mwenyekiti wa The United Holiness Church of Jesus Christ; Raisi wa Manmin World Mission; Rais wa Kudumu wa The World Christianity Revival Mission Association; Mwasisi na Mwenyekiti wa Bodi ya Global Christian Network (GCN); Mwasisi na Mwenyekiti wa World Christian Doctors Network (WCDN); na Mwasisi & Mwenyekiti wa Bodi ya, Manmin International Seminary (MIS).

www.ingramcontent.com/pod-product-compliance
Lightning Source LLC
LaVergne TN
LVHW061037070526
838201LV00073B/5085